AF486867

குமரலிங்கம் வட்டார 'ரதி-மன்மதன்' கதைப்பாடல்

முனைவர் கி. ராம்கணேஷ்

Copyright © Dr. K. Ramganesh
All Rights Reserved.

This book has been self-published with all reasonable efforts taken to make the material error-free by the author. No part of this book shall be used, reproduced in any manner whatsoever without written permission from the author, except in the case of brief quotations embodied in critical articles and reviews.

The Author of this book is solely responsible and liable for its content including but not limited to the views, representations, descriptions, statements, information, opinions and references ["Content"]. The Content of this book shall not constitute or be construed or deemed to reflect the opinion or expression of the Publisher or Editor. Neither the Publisher nor Editor endorse or approve the Content of this book or guarantee the reliability, accuracy or completeness of the Content published herein and do not make any representations or warranties of any kind, express or implied, including but not limited to the implied warranties of merchantability, fitness for a particular purpose. The Publisher and Editor shall not be liable whatsoever for any errors, omissions, whether such errors or omissions result from negligence, accident, or any other cause or claims for loss or damages of any kind, including without limitation, indirect or consequential loss or damage arising out of use, inability to use, or about the reliability, accuracy or sufficiency of the information contained in this book.

Made with ♥ on the Notion Press Platform
www.notionpress.com

ஓலைச்சுவடியில் கதைப்பாடல் எழுதிய முன்னோர்களுக்கும்

பாதுகாத்த பெரியோர்களுக்கும்

குமரலிங்கம் பேரூராட்சிப் பொது மக்களுக்கும்...

பொருளடக்கம்

முன்னுரை

உலகில் பிறக்கும் உயிரினங்களுள் தாவர வகைகள் தவிர்த்துப் பிற உயிரினங்கள் அனைத்தும் ஆண்-பெண் இனச்சேர்க்கை மூலமாகவே பிறக்கின்றன. அறிவியல் அடிப்படையில் செயற்கையான பிறப்பு ஏற்பட்டாலும் இயற்கையான பிறப்புக்கு ஈடில்லை என்பதை அனை-வரும் அறிவர். ஆண்-பெண் இருவரும் இணைந்து இல்லறத்தை நல்லறமாக்கி இனிதான வாழ்க்கை வாழ பிள்ளைப்பேறு இன்றிய-மையாததாகிறது. பிள்ளைப்பேறானது ஆண்-பெண் இருவரும் காமம் ஏற்பட்டு உடல் சார்ந்த இணைப்பில் ஈடுபட்டு இன்புற்ற வழி சாத்தி-யமாகிறது. அத்தகைய காமத்திற்குக் கடவுளானவர்; காமன் என்னும் மன்மதன் ஆவார். உயிர்களின் உற்பத்தி காமத்தின் வாயிலாகவே விளைகிறது என்பது உலகறிந்த உண்மையாகும். காமக்கடவுளான மன்மதனும் அவனுடைய மனைவியான ரதியும் இன்றும் சில கிரா-மங்களில் வழிபடக் கூடிய கடவுளர்களாக உள்ளனர்.

கொங்கு மண்டலமாம் திருப்பூர் மாவட்டம், மடத்துக்குளம் வட்-டத்தைச் சார்ந்த பகுதியாகக் குமரலிங்கம் பேரூராட்சி விளங்குகிறது. சில வருடங்களுக்கு முன்பு வரை கோயமுத்தூர் மாவட்டம், உடும-லைப்பேட்டை வட்டத்திற்கு உட்பட்ட பகுதியாகக் குமரலிங்கம் பேரூ-ராட்சி திகழ்ந்தது. தமிழுக்காகத் தலை கொடுக்கத் துணிந்த குமண வள்ளல் ஆண்ட புனித பூமியான இவ்வூர் குமணனின் பெயரினை முன்னதாகக் கொண்டு குமணலிங்கம் என்றிருந்து மருவி குமரலிங்-கம் என்றானது. அமராவதி ஆற்றங்கரையோரத்தில் செழிப்பானதாக விளங்கும் இவ்வூரில் ஆண்டுதோறும் மாசிமாதம் வளர்பிறை திதி-யில் காமன் பண்டிகை என்ற பெயரில் மன்மதனுக்கும் ரதிக்கும் விழாவெடுத்துக் கொண்டாடும் நிகழ்வு நடைபெற்று வருகிறது. மழை பொழிந்து விவசாயம் செழிக்கவும், ஆணும் பெண்ணும் திருமணம் செய்து கொண்டு இல்லற வாழ்க்கையை பிள்ளைப்பேற்றுடன் பெற்று வாழவும் மன்மதன் - ரதி வழிபாடு மேற்கொள்ளப்படுகிறது.

குமரலிங்கத்தில் ஏறத்தாழ நூற்றைம்பது ஆண்டுகளுக்கும் மேலாக நடைபெறும் ரதி-மன்மதன் வழிபாட்டில் கதைப்பாடல் பாடப்படுகிறது. ரதி-மன்மதன் வாழ்க்கையின் பல்வேறு நிகழ்வுகளும் கதைப்பாடலாகப் பாடப்படுவது தனிச்சிறப்பாகும். கருப்பண பிள்ளை என்பவரும் அவருடன் சிலரும் இணைந்து ஓலைச்சுவடிகளில் எழு-

திய கதைப்பாடல் கையெழுத்துப் பிரதிகளாக சிலரிடம் உள்ளது. அவற்றில் சிற்சில மாற்றங்கள் காணப்படுகின்றன. வட்டார வழக்குச் சொற்களும் இலக்கியச் சொற்களும் வடமொழிச் சொற்கள் குறைவா-கவும் கலந்து எழுதப்பட்டதாகக் காணப்படும் கதைப்பாடலானது சில வருடங்களுக்கு முன்பாகப் புத்தகமாகப் பதிப்பிக்கப்பட்டுள்ளது. எனி-னும் கையெழுத்துப் பிரதிகள் வைத்திருக்கக் கூடியவர்கள் இரண்டு விதமாகக் கதைப்பாடலினை வைத்துள்ளார்கள். அதனை கவனத்திற் கொண்டு இரண்டையும் ஒப்பு நோக்கி இக்கதைப்பாடல் பதிப்பிக்கப்-படுகிறது. கருப்பண பிள்ளை காலத்திற்குப் பின் வீரப்பப் பிள்ளை கதைப்பாடலைப் பாதுகாத்து வந்தார் என்ற தகவலும் கிடைக்கப்-பெற்றது. ரதி-மன்மதன் கதைப்பாடலுடன் குமரலிங்கம் உருவான வரலாறு, குமண வள்ளலின் சிறப்பு, ரதி-மன்மதன் புராணக்கதை ஆகியவையும் இந்நூலில் இடம் பெற்றுள்ளது.

ரதி-மன்மதன் கதைப்பாடலை கையெழுத்துப் பிரதியாக நீண்ட வருடங்களாகப் பராமரித்து வரும் திரு. க. சங்குப்பிள்ளை அவர்கள், தான் வைத்திருக்கும் கையெழுத்துப் பிரதியை அளித்து, காமன் பண்டிகை கொண்டாடப்படும் முறையையும் தெரிவித்து இந்நூல் வெளி வர காரணமாகத் திகழ்கிறார். அவருக்கு என்னுடைய நன்-றியைத் தெரிவித்துக் கொள்கிறேன். மேலும் ரதி-மன்மதன் விழாக்-காலப் புகைப்படங்களை அளித்த திரு. கே. பி. மகேந்திரன் அவர்-களுக்கும், இந்நூல் தங்கள் கைகளில் தவழ, வடிவமைப்பு செய்து பேருதவி புரிந்த நண்பர் முனைவர் க. இராஜா அவர்களுக்கும் கும-ரலிங்கம் பேரூராட்சி மக்கள் அனைவருக்கும் என் நன்றியைத் தெரி-வித்துக் கொள்கிறேன்.

1

ரதி-மன்மதன் கதைப்பாடல்

விநாயகனடி - 1

ஆனைமுகத்தைங்கரனே - சேனையர்கோன் ஆனவனே

ஆகுச வாகனனே - காகுத்தன் தன் மருகா

அய்யனே துய்யனே - மெய்யனே என்று உன்னை

அன்பாய் வணங்குதற்கு - பொன்னால் மலரெடுத்து

அர்ச்சனை செய்து துச்சிதமாய் - இச்சையுடன் பூசை செய்ய

ஆலமுண்ட கண்டருக்கு - ஓலமிட்டாடுமணி

அந்நேரம் கிடுகிடுன்னு - கின்னனனார் தம்புரா வீணை

அத்தனை வித்யாசாகரும் - கீர்த்தனைத் தோத்திரங்கள் செய்ய

அடி மாதே நீ நிதியே - வடிவாய்ப் பிரகாசமதாய்

அக்கினி பிரகாசமதாய் - விக்கினமாய்ப்; போன மதன்

அருரூபமாய் எழுந்து - மறு உருவமாக வந்து

அன்றிலும் பேடதுபோல் - பென்றிடும் விநாயகமும்

அன்று முதல் இன்று வரை - நன்றிமற வாழ்ந்த கதை

அச்சோர மில்லாமல் - கச்சோரமாய்ப் பாட

யான்பாட வாக்கெனக்கு - தேன்போல தந்தருள்வாய்

தேன்போல தந்தருள்வாய் - மால்மருக விக்கினரே

அத்திமகா உத்தமனே உன்னை பக்தியுடன் நமஸ்கரித்தோம்

விநாயகனடி - 2

ஆதி கைலாசம் - அமர்ந்த பெருமானே

அம்பிகையாள் ஈன்றெடு;த்த - தும்பி முகத்தோனே

ஆண்டரெல்லாம் மகிழ - தொண்டரெல்லாம் புகழ
மண்டலத்தில் யாவர்களும் - வந்து இருக்குமிடம்
வைகைக் கரையோரம் - வந்தமர்ந்த செங்கமலம்
மகிழ்ந்தரசாட்சி செய்யும் - சிறந்த குமணநகர்
வையகத்தில் உண்டான - துய்ய நல்லாப் பேக்கரும்பு
ஆமணக்கும் சித்தகத்தி - பூமணக்கும் கொட்டைத்தண்டு
அழகான வாழையிலை - புகழாகக் கொண்டு வந்து
அழகுக் கம்பம் தான் நிறுத்தி - ஆனந்தமாய் எல்லோரும்
மன்மதராஜனென்று - உன்னிதமாய் நட்டு வைத்து
அவ்வரளி செவ்வரளி - அடுக்குமந்தாரை புஷ்பம்
அத்தனையும் கொண்டு வந்து - உத்தமனாம் மன்மதற்கு
அலங்காரம் செய்த பி;ன்பு - அருகினில் நின்றுகொண்டு
வாழைக்கனியுடனே - தேங்காய் உடைத்து வைத்து
வாலிபர்கள் எல்லோரும் சேரவே வந்து நின்று
வணங்கி நமஸ்கரித்தோம் - வடிவுடைய பிள்ளையாரே
விநாயகனடி — 3
அரஹர சிவாய வென்ன - திருவருள் சகாயம் பண்ண
ஆதிமுதல் பொருளே - மாந்தருக்கு நாயகமே
ஐந்தெழுத்துக்குள் உடையோன் - ஆடுஞ் சடாச்சரமே
ஐயன் குமரலிங்கமதில் - பயமற்ற வீதி தன்னில்
அலங்கார வீதிக்கும் - இலங்கவே தென்புறத்தில்
இந்திர தேவர்களும் - வந்து இருப்பதற்கு
ஆனிப்பொன் மேடையிட்டு - அழகான காமன் நட்டு
அழகான காமனுக்கு - அணி அணியாய் தொங்கவிட்டு
அஞ்சு பிராயமுள்ள - கொஞ்சும் கிளி பாலகரும்
அல்லாருமே கூடி - சல்லாபமாய் நாடி
அமர்ந்திருந்து பூஜை செய்தோம் - எங்கள் அரசடி விநாயகனே
ஆயன்மகன் தன் கதையை - அவனிதன்னில் யான்பாட
யான்பட வாக்கெனக்கு - தேன்போலே தந்தருள்வாய்
தேன்போலே தந்தருள்வாய் - மால்மருக விக்கினரே
அத்திமகா உத்தமனே உன்னை பக்தியுடன் நமஸ்கரித்தோம்
விநாயகனடி — 4
ஆனைமுகத்து ஐங்கரனே - சேனையர் கோன் ஆனவனே
ஆதிசிவன் தன் மகனார் - சோதி மத வாரணனே
அங்குசபாசம் தரித்த - எங்கள் விநாயகரே

ஆயிரத்து எட்டு அண்டம் - இருநூற்று இருபத்து நாலு புவனம்

ஐம்பத்தாறு தேசம் - எண்பத்து நாலு லட்சம்

ஆன உயிர்க்குயிராம் - தானாய் விளங்குகின்ற

ஐயனே இப்போது - துய்ய கலியுகத்தில்

ஆரோக்கியமான நல்ல - கோயமுத்தூரு ஜில்லா

அருமையுடன் சேர்ந்ததொரு - மருவற்ற உடுமலைப்பேட்டை

அடுத்த கிராமம் உண்டும் - எடுத்துச் சொல்வேன் கேளும்

ஆட்ட பாட்டங்களும் - கூடும் குமணாபுரியில்

அங்குள்ளோர் தான் வசிக்கும் - பொங்கு நிகர் சாவடியில்

அழகாக வீற்றிருக்கும் - பெருமையுள்ள விக்கினரே

ஐயனே உன்பாதம் - மெய்யாகப் போற்றி செய்து

ஆயன்மகன் மன்மதனை - நேயமுடன் பூமி தன்னில்

மாசி மாதம் தனிலே - வளரும் பிறை தனிலே

வையகத்தில் உண்டான - துய்ய நல்ல பேக்கரும்பு

ஆமணக்கும் சித்தகத்தி - பூமணக்கும் கொட்டைத் தண்டு

அழகான வாழையினைப் - புகழாகக் கொண்டு வந்து

அன்பாகவே சேர்ந்து - நெற்பிரியைத் தான் சுற்றி

அழகுக் கம்பம் தான்சுற்றி - புகழாக நாட்டுதற்கு

அம்புவியோர் தான் சுற்றி செபிக்கும் - ஒன்பதுவகை நவமணியும்

ஆகுமஞ்சள் தூணியார் முடித்து - ஏகமாய் தூப தீபம் தொடுத்து

ஆவின் எருவாட்டிகளும் - காவின் தேங்காய்த் தொட்டிகளும்

சேரவே தான் முடிந்து - சித்தசவேல் மன்மதற்கு

லாவணி கீர்த்தி மெட்டு - லாவணி ஒப்பாரி இட்டு

அறியாத சிறுவரெல்லாம் - தெரியாமல் பாடி வந்தோம்

அறிந்த மட்டும் பாடி வந்தோம் - தெரிந்தவர் பிழை பொறுத்து

அல்லது சாஸ்திரத்தை - சொல்லுகிறேன் கேளுமினி

ஒளவை தாய் மாண்டமுதல் - செய்கு நல் சாஸ்திரத்தை

அறிந்த பெரியோரே - உங்கள் சிறந்த பொற்பாதம் தன்னில்

அடிபணிந்து நமஸ்கரித்தேன் - முடி வணங்கிப் பிள்ளையாரே

விநாயகனடி ━ 5

சீர்பெருகும் குமண நகர் - தேசமது கோயமுத்தூர்

ஜில்லாவைச் சேர்ந்ததொரு - சல்லாய் குமண நகர்

சிறப்புள்ள ஊர்தனிலே - சிறப்பாக வாழுகின்ற

செங்கழனி மாரியம்மன் - அங்காள ஈஸ்வரியும்

சிறப்புள்ள கல்யாண - வரதனையும் போற்றி செய்து

சிறுவர்களாய் கூடியதோர் - சித்தசவேல் மதன் கதையை
மாசி மாதம் தனிலே - வளரும் பிறை தனிலே
வையகத்தில் உண்டான - துய்ய நல்ல பேக்கரும்பு
ஆமணக்கும் சித்தகத்தி - பூமணக்கும் கொட்டைத் தண்டு
அன்புள்ள வாழையிலை - அழகாகக் கொண்டு வந்து
அழகுக் கம்பம் தான் நிறுத்தி - புகழாக நாட்டுதற்கு
மன்மதராஜன் என்று - உன்னிதமாய் நட்டு வைத்து
வாழைக் கனியுடனே - தேங்காய் உடைத்து வைத்து
வாலிபர்கள் எல்லோரும் - சேரவே வந்து நின்று
வணங்கி நமஸ்கரித்தோம் - வழியமர்ந்த பிள்ளையாரே

விநாயகனடி — 6

பழனி நகர் தன்னிலே - பார்மலை மேல் வீற்றிருக்கும்
பஞ்சாங்க சொரூபன் - அஞ்செழுத்துக்குள் உடையோன்
பகரறிய மேருகிரி - சிகரமதில் வீற்றிருப்போன்
பராசக்தி வேல் அதனை - சீர் கரத்தினால் தாங்கி
பத்மாசுரர் குலம் - அற்புதமாய் தானழித்த
பராக்கிரமம் என்ன சொல்வேன் - சிலாக்கியம் உள்ள வேலவரே
உன்பாதம் அதில் நானும் - பணிவாய் மனதில் எண்ணி
பச்சை வில்வம் தானெடுத்து - உச்சிதமாகச் சிவந்தி
வசந்த சிவந்தி மலர் - வச்சரமணி சூர்யகாந்தி
வாடாத மல்லிகையும் - தேடாத அரளிப் பூவும்
வைத்திருந்து காமனுக்கு - மனது போலச் சொரிந்து
பவளக்கொடி ஒளிவாய்ப் - பாங்காகப் பூத்து நிற்கும்
பண்பான செண்பகமும் - தேன் போன்ற செவ்வரளியுடன்
பாதமதில் தூவி - பணிந்து நமஸ்கரித்தேன்

லாவணி

பாத சிலம்பொடு தண்டை ஜொலித்திட
பத்மாசுரர் குலத்தை அழித்திட
சேவல் மயில் மிடை ஏறி மிதித்திட
பாதமும் என் தலை மீது தரித்திட

நடை

பணிந்து நமஸ்கரித்தேன் - அணிந்த மதன்வேல் கதைக்கு
பச்சம் வைத்துக் காத்தெருள்வாய் - முக்தி தரும் வேல் முருகா
மட்டுலாவும் தென் பழனி - எங்கள் பட்டத்து விநாயகரே

விநாயகனடி — 7

முந்தி விநாயகனே - தந்தி முகத்தோனே
மூலாதாரப் பொருளே - மேலான தர்ப்பரனே
முச்சந்தி வீதியிலும் - வச்சிரமணி பீடத்திலும்
மூலாதாரப் பெருளாய் - பந்தலிட்டு அலங்கரித்து
முன்னால் அபிஷேகம் - பின்னால் பட்டாடை சூடி

லாவணி

முடியிற் கிரீடம் பலபலவெனவே
இடையிற் சதங்கைகள் கலகலவெனவே
திடுமுடு பேரிகை திடுமுடுவெனவே
ஒலி கொடு வாத்தியம் தும்தும் எனவே

நடை

முத்தாலே ஆபரணம் - பத்தரை மாத்துத் தங்கம்
முகப்புப் பதைக்க மின்ன - சிவப்புக் கடுக்கனிட்டு
முழுவாய் ராமமிட்டு - புனுகு ஜவ்வாதணிந்து

லாவணி

முக்தர்கள் பக்தா - சிவ சிவவெனவே
ஒலி கொடு வாத்தியம் - திமிதிமி எனவே

லாவணி

முப்பழம் தேனுடனே - அப்பளம் எள்ளுருண்டை
முதிர அதிரசமும் - சதிரான தேன் குழலும்
முன்னாலே தான் படைத்து - மூர்த்தி விநாயகருக்கு
வாழைக் கனியுடனே - தேங்காய் உடைத்து வைத்து
வரம் அருள வேண்டுமையா - நலம் தரும் விநாயகரே

விநாயகனடி — 8

காசிஸ்தலம் சென்னைப் பட்டணம் - புது மதுரை இராமேஸ்வரம்
கலிங்கி மலையாளம் கொச்சி - துலங்கும் பர்மா தேசம்
கணக்கில் சிறந்தொரு - இணக்குமுள்ள கோயமுத்தூர்
கஸ்பா உடுமலைப் பேட்டை - விஸ்தாரமுள்ள குமண நகர்
மரம் தழையும் மாசி மாதம் - மன்மதனார் தன் கதையை
மாசிப் பிறை தனிலே - மாநிலத்தோர் கொண்டாட
குமரெல்லாம் தான் கூடி - கும்பிட்டுத் தான் தொழுது
மலைவளம் கொட்டைத் தண்டு - நிலவளம் பேக்கரும்பு
அழகான வாழையிலை - புகழோடு தான் சேர்த்து
மன்மதனார் என்று சொல்லி - உன்னிதமாய் நட்டு வைத்து
பாமாலை தான் சூட்டி - பாதமதில் தான் பணிந்தோம்

மணிகள் ஒலித்திடவே - பிணியெல்லாம் தீர்ந்திடவே
காட்சி தர வேணுமய்யா - மூர்த்தி விநாயகனே
துதி
கொடைக்குத் தலை கொடுத்த —— குமணவள்ளல் ஆண்டிருந்த
குமணபுரி தன்னில் - குடிகொண்டு அருள்புரியும்
ஆயன் மகன் கதை பாட - அருள்புரிவாய் வேல்முருகா
அழகனே தமிழ்மொழியே - அகத்தியனின் சத்குருவே
பாட வரம் தாருமெயா - பழனிமலை ஆண்டவரே
வீணையைக் கரம் ஏந்தி - வெண்கமலம் மீதமர்ந்த
நான்முகனின் தேவியரே - நல்ல துணை நீயிரம்மா
நித்தம் எங்கள் நெஞ்சினிலே - நின்றிடுவாய் தாயாரே
கதைக்குக் கருவாகி - கற்பித்த குருவாகி
முதல் குருவாம் ஐயா - கருப்பண பிள்ளையவர்
பாதக் கமலமதைப் - பணிவாய் நமஸ்கரித்தோம்
பாட வரம் தாருமெயா - பாலகராம் எங்களுக்கு
பாற்கடலில் தான் துயிலும் - பரந்தாமன் லட்சுமிக்கும்
அலைகடல் வாசனவர் - அரிராமர் லட்சுமிக்கும்
அருளில் உதித்திட்ட - அழகுசிலை மன்மதனார்
சிருஷ்டிக் கடவுள் என்று - சீமையெங்கும் பேர் படைத்த
அந்தக் காமன் கதையதனை - கலியுகத்தில் கொண்டாட
கைலை வாழ் ஈசருக்கும் - நங்கை பரமேஸ்வரிக்கும்
அர்த்தநாரீசருக்கும் - அன்னை உமையவளுக்கும்
பனிமலையில் அவதரித்தாள் - பொற்பாவை ரதிதேவி
மதியைப் பழித்த முகம் - அதிரூப சுந்தரியாள்
ராஜன் திருக்குமரன் - மன்மத வசீகரன்
ரதிமாறன் சரிதமதை - நடத்தியே கொண்டாட
தாவரம் விருட்சமெல்லாம் - துளிர் விட்டுத்தான் தழைக்கும்
மாசி மாதம் தனிலே - வளரும் மூன்றாம் பிறை தனிலே
பட்டினத்தார் தனக்கு - முக்தி தந்த பேக்கரும்பு
ஆமணக்கும் சித்தகத்தி - பூமணக்கும் கொட்டைத் தண்டு
புகழ் ஓங்கும் வாழையிலை - மகிழ்வாகக் கொண்டு வந்து
அன்பாகவே சேர்த்து - நெற்பிரி வைத்துக் கட்டி
நவரத்தினம் என்று சொல்லி - நாட்டார்கள் ஒப்புவிக்கும்
ஒன்பது வகை நவமணியும் - ஒரு மனதாய் தானெடுத்து
மங்கலமாகவே தான் - மஞ்சள் வஸ்திரத்தி;ல் தான் முடித்து

அமரர்கள் வாசம் செய்யும் - ஆவின் எருவாட்டிதனை

காதும் தேங்காய் தொட்டியுடன் - கலந்துமே கோர்த்துக் கட்டி

கொத்தரளி கொடியரளி - கோர்க்க ஒரு நல்லரளி

முல்லை இருவாட்சி - முனை முறியா செண்பகப்பூ

நாரும் கொழுந்தும் - நந்தியா வட்டமும்

வில்வமும் கொழுந்தும் - வெள்ளரளி புஸ்பங்களும்

அழகான தாமரையும் - அல்லிமலர் தான் சேர்த்து

மருகு மரிக்கொழுந்து - மணமுள்ள ரோஜாவும்

அடுக்கரளி செவ்வரளி - அடுக்கு மந்தாரை புஸ்பம்

குறிஞ்சி கொன்றை மலர் - குவளை மலர் தான் சேர்;த்து

சூர்யகாந்தி சந்திரகாந்தி - சுகந்த வசந்த மலர்

பாரிஜாத புஸ்பம் - பக்தியுடன் கொண்டு வந்து

அத்தனை மலர்களையும் - உத்தமனாம் மன்மதற்கு

அலங்காரம் செய்து - அனைவரும் தான் வணங்கி

மன்மதராஜன் என்று - உன்னிதமாய் நட்டு வைத்து

சாந்து புனுகுகளும் - சவ்வாது தான் சாற்றி

மணமுள்ள பன்னீரை — குணமுடனே தெளித்து

வாழைக் கனிகளுடன் - தேங்காய் உடைத்து வைத்து

தாம்பூலம் தட்சணைகள் - தான் படைத்தோம் முன்பாக

பெரியவர்கள் சிறியவர்கள் - பக்தியுடன் கைகுவித்து

தூப தீபகற்பூரம் - சுபிட்சமதாய் தான் காட்டி

லாவணி கீர்த்தி மெட்டு - லாவணி ஒப்பாரி இட்டு

ஆனந்தமாய்ப் பாடி - அனைவரும் நமஸ்கரித்தோம்

ஆயன் மகனின் - அருளைப் பெற்றிட

ஆனந்த வாழ்வே - அகிலம் நிறைந்திட

வணங்கிடுவோம் - வளங்கள் செழித்திட

பிணிகள் யாவும் - தானே ஓடிட

பச்சம் வைத்துக் - காத்திடுவாய்

பஞ்சாட்சரக் கணபதியே

குரு வணக்கம்

வெள்ளை விநாயகரே - வினையகற்றும் தூயவரே

ஆயன் மகன் கதை பாட - அருள்புரிவாய் விக்கினரே

அமராவதிக் கரையில் - அருளோடு வீற்றிருக்கும்

செங்கழனி அம்மனுக்கு - சிறப்பாகப் பூசை செய்து

சிறப்பாகப் பூசை செய்து - சிவபாதம் தானடைந்த

ஐயா கருப்பண பிள்ளையவர் - காலடியைத் தான் பணிந்து

மன்மதனார் தன் கதையை - மாநிலத்தோர் பாடுதற்கு

அருளோடு பொருள் சேர்த்து - அணியாகக் கோவை செய்து

அடியெடுத்துத் தான் கொடுத்த - கருப்பண பிள்ளையவர்

பொற்பாதம் தன்னை - புகழோடு நமஸ்கரித்தோம்

பாடும் சபை தனிலே - பக்கமாய் நீரிருந்து

கூடும் சபை தனிலே - கூடவே தானிருந்து

நாவு தவிராமல் - நல்லோசை மாறாமல்

ஏடு தவிராமல் - எழுத்தடியும் தான் கொடுத்து

அருள்புரிய வேண்டுமையா - கருப்பண பிள்ளையாரே

அடி வணங்கி நமஸ்கரித்தோம் - எங்கள் அரசடி விநாயகமே

சரசுவதி துதி

வீணையைக் கரமேந்தும் - வேதாந்த நாயகியே

கானசுர கீதமதை - கரமேந்தும் தாயாரே

நான்முகனின் தேவியரே - நல்ல கலைவாணியரே

நான் இம்மதனின் கதையை - அன்னையின் அருளாலே

பாட வகையறியேன் - பாட்டின் பயனறியேன்

பாடவரம் தாருமம்மா - பாவலர் தன் சபையில்

நாவு தவிராமல் - நல்லோசை தாருமம்மா

ஏடு தவிராமல் - எந்தன் குரல் மங்காமல்

நாவில் குடியிருந்து - நடத்துமம்மா இக்கதையை

காமன்கதை பாட - கலைமகளே வரமருள்வாய்

தாமதம் செய்யாமல் - தாயே துணை புரிவாய்

மன்மதன் கல்யாண அடி — (விருத்தம்)

சகலமுனி தேவர்களும் - சந்தோஷமாக வந்தார்

இந்திரதேவர்களும் - விந்தையுடனே தான் வந்தார்

அல்லாவரும் தான் கூடி - ஆலோசனைகள் செய்து

ஆயன்மகன் மன்மதற்கு - அன்னரதிக்கிளியை

அன்பாகப் பெண்கேட்க - இன்பமுடன் தேவரெல்லாம்

ஆதி கைலாசம் - அனைவரும் போய்ச் சேர்ந்தார்

அப்போது ஈஸ்வரனும் - அன்புள்ள தேவர்களே

வாருங்கள் தேவர்களே - வார்த்தையொன்று நீர் கேளும்

என்ன காரியமாக - என்னிடம் நீர் வந்தீர்கள்

வந்த வயனமதை - வகையுடன் சொல்லுமென்றார்

மாயவரும் இலட்சுமியும் - மனமகிழ்ந்து ஏதுரைப்பார்

எங்கள் மகன் மன்மதற்கு - இயலான ரதிக்கிளியை
இன்பமுடன் பெண் கேட்க - வந்தோமென உரைத்தார்
அவ்வார்த்தை தான் கேட்டு — ஆதிசிவன் ஏதுரைப்பார்
அப்படியே சம்மதித்தோம் - ஆயரே லட்சுமியே
எப்போது முகூர்த்தம் - இயம்புமென உரைத்தார்
ஜோதிடங்கள் ஆராய்ந்து - சொல்லுகிறார் பிரம்மதேவர்
ஆனதொரு மாசிமாதம் - அன்பாய் முகூர்த்தம் என்றார்
வாசனையாய் தேவர்கள் - நேயமுடன் பாக்கு வைத்தார்
மாட்டின்மேல் பாக்கு - மனிதருக்குப் போகவிட்டார்
சின்ன மடிகோலி - சீமையெங்கும் பாக்குவைத்தார்
பெரிய மடிகோலி - பூமியெங்கும் பாக்கு வைத்தார்

பந்தல் அலங்காரம்

கைலையிலே வைகுண்டம் - ஒய்யாரமாய் அலங்கரி;த்து
கல்யாணப் பந்தல் - கைலையிலே போட்டார்கள்
பவளம் பிளந்தார்கள் - பந்தக்கால் நட்டார்கள்
மூங்கில் பிளந்து - முகூர்த்தக்கால் நட்டார்கள்
நாணல் பிளந்து - நாற்காதம் பந்தலிட்டார்
ஈர்க்குப் பிளந்து - இரு காதம் பந்தலிட்டார்
இட்டார்கள் பந்தல் - இருநூற்றுக் காதவழி
கரும்பாலே கால் நிறுத்தி - அரும்பாலே பந்தலிட்டார்
மாவிலைத் தோரணமும் - மகுட நல்ல தோரணமும்
கண்ணாடி சல்லிகட்டி - கவரிமான் சொங்குவிட்டு
பச்சை கிளிகளைத்தான் - பந்தலிலே கட்டினார்கள்
வெள்ளியால் கால் நிறுத்தி - வெற்றிலையால் பந்தலிட்டார்
வாழை கமுகுகளை - வாசலெங்கும் நட்டார்கள்
சோலைப் பலா மரங்கள் - தெருவெங்கும் நட்டார்கள்
அத்தர் புனுகுகள் - அள்ளித் தெளித்தார்கள்
சந்தனமும் குங்குமமும் - சவ்வாது தான் தெளித்தார்
நிலக்கோலம் இட்டார்கள் - நிலத்தின் மேல் பூத்தெளித்தார்
பந்தல் அலங்கரித்து - பட்டுப்பாய் போட்டார்கள்
தங்கப்பாய் போட்டார்கள் - சருகு தலையாணியிட்டார்
ஆயிரம் மணங்கு பெற்ற - ஆராய்ச்சி மணியெடுத்து
கற்பகப் பந்தலிலே - கட்டியே தூக்கினார்கள்
அல்லவரும் தான் கேட்க - அடித்தோர் மணியோசை
ஐம்பத்தி ஆறு தேசத்து - அரசர்களும் வந்தார்கள்

பூமி அதிருமங்கே - பூலோகம் நடுங்கிடவே
சப்தகன்னிமாரெல்லாம் - தையல் ரதி தேவியர்க்கு
ஆயிரம் தாதிமார்கள் - ஆரணங்கைக் கூட்டி வந்து
பவித்ர மண்டபத்தில் - பொற்கொடியைக் கூட்டி வந்தார்
சலவைக்கல் மண்டபத்தில் - பொற்கொடியைக் கூட்டி வந்து
பூவிரத்ன மண்டபத்தில் - தையலைக் கூட்டிவந்து
தண்டை தான் அசைய - சதங்கை கலகலென
கொண்டை அசைய - குயில் வந்து கூத்தாட
வட்டமனை மேலே - மாதரை இருக்க வைத்து
நல்லெண்ணெய் கொண்டு வந்து - நலுங்கிட்டார்கள் கூந்தலுக்கு
குங்கும எண்ணெய் கொண்டு - கூந்தலுக்கு இட்டார்கள்
முன்னூறு பிராமணஸ்திரிகள் - மூன்று நலுங்கிட்டார்கள்
ஐந்நூறு பிராமணஸ்திரிகள் - ஐந்து நலுங்கிட்டார்கள்
சோபனங்கள் பாடியே - நலுங்கிட்டார்கள் கூந்தலுக்கு
ஆலாத்தி சுத்தியே - அபிஷேகம் ஆட்டலுற்றார்
மஞ்சள் நீர் சாலையிலே - மஞ்சள் நீராட்டி வைத்தார்
ஒட்டு மஞ்சள் பூசியே - ஒளி பவள நீராட்டி
ஸ்நானங்கள் பண்ணியே - தாமக் கருங்குழலாள்
நீர் காட்டி ஊதியே - நெருப்பில் தலைசாய்த்து
ஈரத்துகில் களைந்து - இழை சேர்த்துப் பட்டுடுத்தி
நனைந்த துகில் களைந்து - நாகரிகப் பட்டுடுத்தி
பாவாடை உள்ளுடுத்தி - பட்டாடை மேலுடுத்தி
ஆனந்த மாரியர்க்கு - அலங்காரம் பண்ணலுற்றார்.
பூவாழை எண்ணெய் கொண்டு - போதமயிர் கோலி
சீவியே சிக்கெடுத்து - சிமிழ் போல் கொண்டையிட்டு
வாரி முடித்து - வலப்புறம் கொண்டையிட்டார்
ஒவ்வொரு மயிர்களுக்கும் - எவ்வேழு பொன்னிதழாம்
பொன்னிதழும் பூவிதழும் - போத முடித்த கொண்டை
தட்டி முடித்து வைத்து - கொண்டை வந்து தோளசைய
கொண்டைக்குத் தண்டையும் - கொண்டை தாங்கி மாலைகளும்
ஆயிரம் பொன் பெற்ற - அன்பான சவுரியிது
கொண்டை சடைவில்லை - குப்பி அலங்கரித்து
ஆண்மயிலும் பெண்மயிலும் - அணிந்தார் அழகு பெற
பலவிதமாகப் பக்கத்தில் - கோர்த்தார்கள்
சந்திரப்பிறை சூர்யப்பிறை - தையலர்க்குத் தானணிந்து

நெற்றிக்குச் சுட்டி கட்டி - நேர்விழிக்கு மையெழுதி

கண்ணுக்கு மையெழுதி - கஸ்தூரிப் பொட்டுமிட்டு

முத்தான பொட்டுமிட்டு - முன்னாலே தொங்கவிட்டு

அன்னக் கொப்பு வண்ணக் கொப்பு - அருகுவாளி சொருகுவாளி

மாணிக்கவாளி மயிருக்குத் - தொங்கவிட்டார்

கல்லிழைத்த சிமிக்கி - காதிலே வைத்தார்கள்

இருதலைப் பட்சிகளை - இருக்கவே வைத்தார்கள்

பக்கம் அரும்புடைய - பச்சைக்கல் முருகுகளும்

முத்தணிந்த மூக்குத்தி — நந்து மணிந்தார்கள்

ஒற்றைச் சரங்கள் - ஒருபுறமாய்ச் சொருகி

முத்துச் சரப்பளியாம் - மோகன மாலைகளும்

வட்டச் சரப்பளியாம் - மார் சிறந்த தாழ்வடமாம்

கொத்துச் சரப்பளியாம் - கோவைமணி தாழ்வடமாம்

சந்திரக்காறைச் சரப்பளியும் - தரித்தார் அழகு பெற

நயங்காறை தன்னை — நடுக்கழுத்தில் தான் தரித்தார்

தோள்வங்கி கைவங்கி — துலங்கிடக் கைவளையல்

கடகம் சரி பவளம் - கைநிறைந்த பொன்வளையல்

ருத்ராச மாலைகளும் - போட்டார்கள் கழுத்திலேதான்

எட்டு விரலுக்கும் - இணைந்த கணையாழி

பத்து விரலுக்கும் - பதிந்த கணையாழி

அரைக்கிசைந்த ஒட்டியாணம் - அழகாகப் பூட்டினார்கள்

காலாழி தன்னழகும் - பீலாழி பூட்டினார்கள்

அஸ்டாபரணம் எல்லாம் - அலங்கரித்தார் அன்னேரம்

பட்டு பளபளவென - பாவாடை ஜோதி மின்ன

முத்து மினுமினுன்ன - முத்தாரம் ஜோதி மின்ன

ஏறின போதே - எடுத்தார் நெடுங்குடைகள்

சுத்திக் குடை பிடித்தார் - சூரியனைக் காணாமல்

பக்கம் குடை பிடித்தார் - பகவானைக் காணாமல்

கவிழ்த்துக் குடை பிடித்தார் - கதிரோனைக் காணாமல்

முந்நூறு தேங்காயை - முடியோடே சூறையிட்டார்

மேளம் முழங்குது - மும்மண்டலமும் அசைய

ஆயிரம் மின்னலிலே - ஜோதி மின்னல் மின்னினாற் போல்

தங்கத்தைக் காய்ச்சி - தரையிலே விட்டாற் போல்

ஈயத்தைக் காய்ச்சி - இலையிலே விட்டாற் போல்

பொன்னை உருக்கி - பூமியிலே வி;ட்டாற் போல்

ராகுகாலம் வாராமல் - நல்ல சுபதினத்தில்

மாப்பிள்ளையையும் பொண்ணையும் - மனைமேல் அமர வைத்து

முந்நூறு கன்னியர்கள் - முகந்து முனைதெரிக்க

சாலும் கரகமும் - சந்திரர்க்கு முன்னாக

அம்மி வலமாக - அரசாணி முன்பாக

வேத பிராமணர்கள் - வேதங்கள் ஓதி வர

காப்பரிசி தான் வழங்கி - கங்கணமும் கட்டினார்கள்

தாலியுடன் கூறையும் - தான் கொண்டு வந்தார்கள்

காலுக்கு மிஞ்சியிட்டு - கைக்குக் கணையாழியிட்டார்

மாலை தரித்து - மணமாலை சூட்டுமென்றார்

தாலியைக் கட்டினார் - தார் விஜயன் மன்மதனார்

அம்மி மிதித்து - அருந்தி பார்த்தார்கள்

பெரியோர்கள் எல்லோரும் - பெருக்க மனம் மகிழ

மன்மதரும் தேவியரும் - மாளிகையில் உட்புகுந்தார்

கல்யாண அடி முற்றிற்று

தேவேந்திரன் தூது அனுப்புதல்

தூதுவர்கள் வருதல்

இந்திர தேவேந்திரனார் - எண்ணி மனதில் வைத்து

இயம்பவே மன்மதற்கு ━━ எழுதினார் ஓலை தன்னை

இலக்கண இலட்சணமாய் - ஈஸ்வரனார் தான் தபசு

என்னுடைய பட்டணத்தில் - இருக்குமந்த தேவர்கட்கும்

எனக்குமுள்ள தேவர்கட்கும் - இருக்க இனிப் போவதில்லை

இச்சணமே நீரும் - இவ்விடமே வந்து சேரும்

என்று எழுதினார் ஓலை தன்னை - இந்திரனார் அப்போது

இன்பமாய் வைத்ததிலே - இணையாக நாலுதிசை

எடுத்த தூதர் கையிலே - கொடுத்து இச்சையுடன்

நீங்களும் தான்

இவ்விடம் போய் வாருமென்று - இந்திரனார் தானுரைத்து

ஆயிரங்கண் இந்திரனும் - அனுப்பிவிட்ட தூதுவர்கள்

அச்சணமே ஓடிவந்து - ஆயன் மகன் மன்மதற்கு

ஆயன் மகன் மன்மதற்கு - அறிக்கையிட்டார் அந்நேரம்

ஆயன் மகனெழுந்திருந்து - அமர்ந்திருங்கள் தேவர்களே

அன்னரதிக்கிளிக்கு - அறிக்கையிட்டு வாறேனென்றார்

மன்மதன் விருத்தம்

பலபல அரசர்க்கெல்லாம் பாவலர் மறையோர் மெச்ச

குலமெல்லாம் வாழ்த்துகின்ற குமரவேல் முரசுமென்ன
கால வேல்விழி மின்னார்கள் சதிர் நாட்டியங்கள் செய்ய
நலமதாய் மதனராஜன் நல்மணி கொலுவில் வந்தார்

தருக்கம்

ராஜராஜர் பணி போசன் மன்மதராஜன்
ராஜன் கொலுவில் இருந்தார் இதோ
தேசதேச நகர் வாகனதிபதி
சேனை கொண்டு புடை சூழவே
வெள்ளைக்குடை சுருட்டி – வெஞ்சாமரைகள் வீச
விருது கட்டியங்கள் கூறவே
தித்தி மத்தாளம் கைத்தாளம் தம்பூர் வீணை
எத்திசை எங்கும் புடை சூழ
ராஜராஜர் பணி போஜ மன்மதராஜன்
ராஜன் கொலுவில் இருந்தார் இதோ

காமன் பாட்டு

மன்மதன் விருத்தம்

மங்கையே ரதியே மானே வடிவு மாந்தளிரே
மாசில்லா தங்கமோ குற்றமில்லா தண்மதி தானோ
கொங்கையின் கரும்போ சூதோ
தின்னமோ குருமையை என்று
அங்குசன் ரதி தேவிக்கு அழகினை அளித்த மாதோ

நகை வர்ணிப்பு

கஞ்சமலர் வதன மாதே நின்னழகை
கண்டு கூசுதே மாதே
நெஞ்சம் மையல் கொண்டு – மீறுதிப் போதே
தஞ்சம் என்றோரைக் காக்கும் கஞ்ச வடிவிரலில்
காலாழி மிஞ்சி பீலி – மயிலாணி மேலே கோதும்பைப் பீலி
கொஞ்சும் காலினில் தண்டை – பாடக பாதசரம்
ஜொலிக்குதே ஒலி காட்டி
அன்னங்கள் வந்து சூழுதே இனமென்று
வஞ்சியே உன்னிடையில் கொஞ்சும் ஒட்டியாணமது
அஞ்சப் பளீரென்குதே – இருளுமொளி
கொஞ்சி ஒளி தங்குதே
கொஞ்சும் கழுத்திலணி – கிள்ளுப்பட்ட கறையும்
அட்டிகை மிக விளங்க – தட்டுமணி சிவமாலை அது துலங்க

அஞ்சும் இரண்டாம் விரலில் - கொஞ்சும் மோதிர நெளி

அஸ்ட கடகம் வளையல் - அணிந்திட்ட கங்கணம் கைநிறைய

மிஞ்சும் கங்காணத்துக்கு - மேலே கை வங்கியது

மெத்தப் பளீரென்குதே - ஒன்பது வகை ரத்னம்

பொருந்தித் தங்குதே சிறந்திடும் ஆனந்த முடிச்சுத் தண்டட்டி

அன்னக்கொப்பு அதற்கு மேல் மயிர்மாட்டி

ராக்கட்டி அணிந்திட்ட குழல்காட்டி

தன்னித்தல் உன்னித்தட்டு சொர்ணச் சந்திர முருகு

சேர்ந்திட்ட மயிர் மாட்டி - கலவை கொண்டு

அணிந்திடும் மஞ்சள் வாசம்

புனுகு ஐவ்வாதடிக்குதே வெகுநேசம்

தூதுவர்

ஆயன் மகன் மன்மதன் எங்கே

தேவேந்திர மகாராஜன்

அனுப்பியிருக்கிறார் இந்தாருங்கள் தூது ஓலை

மன்மதன் விருத்தம்

பூவை பாங்கிகளோடும் - புகழ்ந்திடும் மொழியினாலே

தாவது கைலை வாசன் - தவமதை அழிக்க வேண்டி

தேவதேவேந்திரன் என்னைத் திறமுடன்

வரச்சொன்னாராம் - ஆதலால் சிலவு தந்து

அனுப்புவாய் அனுப்புவாயே

ஆனால் கேளும் பெண்ணே பிராணநாயகி

அருளி முப்பத்து முக்கோடி தேவர்களும்

நாற்பத்தி எண்ணாயிரம் ரிஷிஸ்வர்களும்

கின்னரர் கெருட காந்தருவர் யாவரும் கூடி

ஏதோ காரணத்தினாலோ - என்னை வரும்படி

தூது அனுப்பியிருக்கிறார்கள்

நான் போய் விபரம் அறிந்து இன்னதென்று

தெரிந்து கொண்டு வருகிறேன் மனைவியாளே

மன்மதன் தருக்கம்

அம்புவில் மங்கையர்க்கு - அரசான பெண் மயிலே

அல்லிமலர் வாசகமே - ஆடுகின்ற பம்பரமே

அற்புதமான கண்ணே - விற்பனஞ் சொல்கிறேன் கேள்

அந்நாளில் என் தகப்பன் - ஆண்ட கதை கேட்கலையோ

அவர் அரசு செய்யும் நாளையிலே - அழகான வாய் முதலை

அங்கே ஒர் தடாகமதில் - அனேக வருசமதாய்

அந்தத் தடாகமதில் - ஆனையொன்று நீர் குடிக்க

அப்போது வாய்முதலை - ஆனைதனைப் பிடித்து

ஆனைதனைப் பிடித்து - ஆழமதிலே இழுக்க

அப்போது கஜேந்திரனும் - அனேக யுத்தமுடன்

ஆற்றாமல் மாயவரே - அபயம் என்று தானழைக்க

அப்போது என் தகப்பன் - ஆயன் பெருமாளும்

அரிகருட வாகனத்தில் - அச்சுதனார் வருகுமுன்னே

அதற்கு முன் சக்கரத்தை - அனுப்பிவிட்டார் ஒரு நொடியில்

ஆக்ரமித்த முதலை தன்னை - அறுத்து விடச் சக்கரமும்

அப்போது கஜேந்திரனும் - அடிபணிந்து நமஸ்கரித்தார்

அந்த ஆபத்தைத் தீர்க்க வந்த அச்சுதனார் பிள்ளையென்று

ஆனதினால் என்னை - அழைத்தார்கள் இந்திரனார்

அரைநொடியில் போய் வாறேன் - அன்னரதி பெண்மயிலே

ஆடும் பொன்னூஞ்சலின் மேல் - அருந்துளி மெத்தையின் மேல்

அழகான பாங்கியுடன் - புகழாக வீற்றிரென்று

ஆதரவாய்ச் சொல்லலுற்றார் - அந்த ஆயன்மகன் மன்மதனும்

ரதி தருக்கம்

மணிவண்ணன் ஈன்றெடுத்த - துணிவுள்ள சிங்காரா

மற்புரதி விற்பயனே - விற்பன சுந்தரனே

மாசில்லாப் பச்சை நிறம் - தேசிகமே படர்ந்த

மகிழம்பூ மேனியனே - திகழம்பூ தாழ் மதனே

வானவர் உமையழைத்தால் - ஆணழகா என் துரையே

மடிப்பதற்கோ கொல்வதற்கோ - படிப்படியாய்ச்; சொன்னதென்று

மங்கை நான் தனித்திருக்க மாட்டேன் - என்றாள் அந்நேரம்

மனதினால் தோணாது காண் - ஆணி கொண்ட ராஜேந்திரா

மங்கை நான் சொல்வதற்கு - தங்கத்தினால் உனக்கு

வர்ணப் பதுமை செய்து - உன்னதமாய்த் தாறேன் என்றீர்

வக்கணையாய் சொல்ல வந்தீர் - சக்ராயுதனார் மகனே

வடிவான பொற்பதுமை - அடியாள் உடன் சிரித்து

வாய் திறந்து பேசிடுமோ - நேயமதாய் சப்ரகூடம்

மஞ்சம் தனிலிருந்து - கொஞ்சி விளையாடிடுமோ

வாடி என்று கூசாமல் - பேசிடுமோ ஓ கணவா

வாசவனார் தன் சபைக்கு நேயமுடன் போறேனென்று

தாலாட்டியே சுகத்தில் - பாலூட்டித் தூங்க வைத்து

வானுலகம் சென்றாக்கால் - யானும் எந்தன் ஜீவனைத்தான்
மடித்து விடுவேனென்று - படித்துப் படித்துச் சொன்னாள்
மண் சுமந்தார் ஈன்றெடுத்த - பெண் ரதியும் அந்நேரம்

மன்மதன் நடை

அன்ன ரதி;க்கிளியே - வர்ணக் கிளி மொழியே
அரிவையரே என் வார்த்தை - பருவமதாய்க் கேள் குயிலே
அண்டர்முனி தேவர்களும் - மண்டலத்தில் யாவர்களும்
அன்புள்ள நாரதரும் - இன்பமுள்ள கந்தருவர்
அமரமுனி தேவர்களும் - சமதரமாய்க் கூடி
அனுப்பினார் ஓலைதன்னை - தனித்து நான் போய்வாரேன்

மன்மதன் லாவணி

அந்த மான மயிலே - விந்தையான ரதிக்கிளியே ரதிக்கிளியே
அந்த அமரர் அழைத்த - மொழி விபரம் அறிந்து நான் வாரேன்
கணம் போறேன்

ரதி லாவணி

போறேன் என்ற மொழி கூற வந்தீர் காண் - மதனவேள்; சுதனா
உந்தன் வீரியங்கள் செல்லாது - காணுவேன் மாரா அதிசூரா

மன்மதன் லாவணி

வீரியங்கள் செல்லாது என்ற வேல்; கண்ணே அடி பெண்ணே
அர்த்தநாரியன் ஈன்றருள் - நல்ல வேள் மதனன் நானே அடி மானே

மன்மதன் நடை

செந்தாழம் பூவுலகில் - எந்தனுட மங்கையரே
செல்வ ரதியாளே - சொல்வதனைக் கேள் குயிலே
செப்பிய தேவர் சபை - இப்பவே யான் போக
சேசன் மருமகளே - ஈசன் மகள் ரதியே
சென்றுமே நானிருக்க - நீ மறிக்க ஞாயமல்ல

மன்மதன் லாவணி

செங்கமான மதன் - பொங்கமாக நான் போக நான் போக
அடி மங்கையே எனை - மறிக்கலாகுமோ போடி நீ வாடி

ரதி லாவணி

மறிக்கலாகா தென்று குறித்து - சொல்ல வந்தீர் மாரா அதிசூரா
அந்தப் பொருத்தமானவர்கள் - வருத்தம் செய்திடுவர்
தாமே அவர் தாமே

மன்மதன் லாவணி

வரம் அளித்திடும் ஈசன் மகளே - நீ கேளாய் கேளாய்

அவர் சிரம் அழித்திடப் போய் வருகிறேன் - பாராய் கண்ணே நேராய்

ரதி லாவணி

சிரம் அழித்திடப் போறேன் என்பது - வீணே சாமி வீணே

அவர் சிந்தையுருகி மனம் - விந்தையாய் எரிப்பார்

தாமே அவர் தாமே

மன்மதன் நடை

எரிப்பார் என்றே உரைத்தாய் - விருப்பமுள்ள பெண் ரதியாள்

என் தகப்பன் ஆணவத்தால் - உன் தகப்பன் ஆண்டியடி

இரந்துண்டிருந்ததெல்லாம் - மறந்தாயோ பெண் மயிலே

எப்படியென்றால் ரதியே - செப்புகிறேன் கேள் குயிலே

எய்யும் புஷ்பவகை - ஐவிரலிக்காயினுள்ளே

என்னாமல் அதில் புகுந்து - பி;ன்னும் மதி குழைந்து

இன்னும் அனேகமுண்டு - சொன்னால் முடியாது

ஏசுகிறேன் என்று சொல்லி - ரோஷம் வரும் உந்தனுக்கு

இந்திர தூதுவர்கள் - நிந்தனை போல் சொல்வார்கள்

மன்மதன் லாவணி

என்னை நீ மறிக்க - உன்னதமல்ல

ஏந்திழை ரதி கேளாய் - பெண்ணே

உன்னை நான் பிரிந்து என்னமாய் இருப்பேன்

ஒருநொடி போய் வாறேன் கண்ணே

ரதி லாவணி

போய் வாறேன் என்று நீர் அதிவேகமாக

புண்ணியரே உரைத்தீர் சுவாமி

என்னமாய் அனுப்பி கன்னி நானிருப்பேன்

என் தலைவிதி வசமோ சுவாமி

மன்மதன் நடை

விதி வசமோ என்று சொல்லி - மதிமயிலே சொல்ல வந்தாய்

வேள் மதனை அனுப்பும் - தாழ்மை ஒன்றும் வாரதில்லை

வித்தியாசம் இல்லையடி - சத்தியமாய்ச் சொல்கிறேன் கேள்

வேண்டுவர் தேவர்சபை - தாண்டியே யான் போக

வேளைகளும் ஆகுதடி - காளையேறுவான் மகளே

மன்மதன் லாவணி

வேடிக்கையாகக் கூடியே நான் போய்

வித்தகனார் சபையில் கண்ணே

என்னைத் தேடியே அழைத்த வார்த்தை கேட்டு

தேனே அறிந்து வாறேன் கண்ணே
மானே அறிந்து வாறேன் கண்ணே

ரதி லாவணி

அறிந்து வாறேனென்று விரும்பி;ச் சொல்ல வந்தீர்
மதனா வேள் சுதனா
உந்தன் கரும்பு வில்லை வைத்து - விரும்பிப் போய் வாரும்
சுவாமி எந்தன் சுவாமி

மன்மதன் நடை

பொன் கரும்பு வில்லை வைத்து - அங்குசன் நான் போவதுண்டா
போகாமல் தானிருந்தால் - ஞாயமல்ல பெண்ணரசே
பிழையொன்றும் இல்லையடி - மலையரசன் பேத்தியரே
புண்ணியனார் மனங்குளிர - கன்னி அனுப்பும் என்று
பொங்கமுடன் கேட்கலுற்றார் - அந்த அங்குசவேல் மன்மதனும்
அட்சணமே ரதியார்க்கு - பச்சை வர்ணர் ஏதுரைப்பார்
அஞ்சாதே ரஞ்சிதமே - மிஞ்சிய சர்க்கரையே
மிஞ்சிய சர்க்கரையே - ரஞ்சிதமான கண்ணே
அந்த நிருபமதை - தந்து அனுப்புமென்று வைத்தார்
அறிந்து நான் வாறேனடி - இந்திரனார் சபைக்கு
அறிந்து சீக்கிரத்தில் வாறேன் - சிறந்த மதன் வாய் தேனே
அஞ்சாமல் வீற்றிரடி - ரஞ்சிதமான கண்ணே!
பெண்ணரசே எந்தனூட - திடம் பாரும் என்று மதன்
ஆதரவாய்ச் சொல்லலுற்றார் - ஆயன் மகன் மன்மதனும்

ரதி நடை

அந்நேரமே நடக்க - முன்னாலே ஓடிவந்து
அய்யகோ எந்தனூட - மையலுக்குகந்த மன்னா
அனைவோரும் செய்யுமந்த - வினைப் பயனை நீர் மறந்தீர்

ரதி லாவணி

என்ன சொல்குவேன் ஏது சொல்குவேன் - பாங்கி என் பாங்கி
நான் இணங்கும் வயது தன்னில் - அணங்கன் பிரிவதும்
முறையோ இது முறையோ
கன்னலாபுரியில் வின்னமாகக் கனாக் கண்டேன் நானும் கண்டேன்
அவர் கருத்தில் உதித்தபடி - எருத்தில் ஏறும் ஈசன்
விதியோ இது விதியோ
சொன்ன வார்த்தைகளே - எண்ணிப் பார்த்திடாமல்
மதனா வேள் சுதனா

அவர் துதியைக் கண்டு மனம் பதை பதைக்குது
என்ன செய்வேன் ஏது செய்வேன்
வாரும் காணும் இருவோருமாக - செல்வோமே செல்வோமே
அந்த வனமுள்ள ஈசன் - நெற்றிக் கண்ணால் எரிப்பார்
தாமே அவர் தாமே

ரதி நடை

பார்ப்பம் போய் யோக்கியமும்
வீற்றுச் சுகமாய் இருப்போம்
பழிகாரத் தேவரிடம் இதமாக நீர் போனால்
அனலாய் எரித்திடுவார் - என்னாசை மன்மதனே
என்று அன்பாய் உரைக்கலுற்றாள் - இன்பமுள்ள பெண் ரதியாள்
உம்பர் கோன் வல்லபத்தால் - தெம்பாகச் சொல்ல வந்தாய்
உன் தகப்பன் ஆணவத்தால் - என் தகப்பன் ஆண்டி என்று
உறவை மறந்து விட்டு தாரணியில் இந்திரனார்
உன்னை மனதில் எண்ணி - என்னைத் தனியே விட்டு
அவர் மேல் கணை தொடுத்தால் - அவர்க்கெதிராய் ஆவாயே!
அலர்ந்து மிக வார்த்தை சொன்னால் - பெலமகன்று போகுமென்று
ஆத்திரமாய் தானுரைத்தாள் - பார்த்திபன் தன் மகளும்

ரதி லாவணி

கன்னல் வில்லரசே - உன்னை நான் பிரிய
கருத்தில்லை மன்மதனே - சுவாமி
கடுகு நீர் போனால் அடியாள் பிழை பொறுத்து
காரண ரஞ்சிதமே சுவாமி

மன்மதன் லாவணி

வருவதும் விதியோ - அரிவையர்க்கு அழகோ
மானே மடமானே - கண்ணே
தீது சொல்லாதே - காதல் கொள்ளாதே
வருகிறேன் போய் நானே - கண்ணே
வாது சொல்லாதே - மதனை எண்ணாதே
தீரத்தில் வரும் - மாதே ரதியே
மேவி நீர் போனால் சாதனையாக - விண்ணவர் செல்வமே ரதியே
வில்லெடுக்காதே - இல்லை எண்ணாதே
தொல்லை வருமோ - போடி ரதியே
தொல்லை வந்தாலும் நல்லதென்றெண்ணி - தேவர்
சொல்லை அறிந்து வாறேன் - ரதியே

துரோகம் செய்தாலும் திரேகம் போனாலும்
சொன்ன வார்த்தை தவறேன் - ரதியே
நில்லடி மானே அல்லல் செய்யாதே
நிஷ்காரம் செய்து தாறேன் - ரதியே
நிகழவும் ஆகாதே - புலம்பி நீ வாடாதே
நேரமும் ஆகுது போறேன் ரதியே

மன்மதன் தருக்கம்

அன்னமே குணமே தேனே - வர்ண மயிலாளே
அதிரூப சித்திரமே - மதிமோக ரத்தினமே
ஆடும் பிறை வண்டினமே - தேடும் சிகாமணியே
அன்ன நடையழகு - சொர்ண முகத்தழகி
அரனார் திருமகளே - திருமால் மருமகளே
அங்கணனார்க்குகந்த - சிங்காரமான பெண்ணே!
அரம்பைக்கு நாயகமே - கரும்புரசத்தேனே
அரன் கையில் மான் மழுவும் - இலங்கிர்தமாய் தரித்தி
ஆதிசிவன் தபசை - நீதியாய் நானழிக்க
ஆன பிரம்மா வாயு முதல் - ஞானமுனி தேசிகனும்
அந்தணர் வசிஸ்டமுனி - விந்தையுள்ள இந்திரனும்
அட்சணமே ஓலை தன்னை - உச்சிதமாய்த்; தானெழுதி
அகோரமுடன் வந்ததடி - சீக்கிரத்தில் எந்தனுக்கு
அன்புடனே தேவர் சபை - தெம்புடனே போய் வாறேன்
அட்டிச் சொல்லாமலே தான் - கட்டழகி எந்தனுக்கு
அனுப்பி விடை தாருமென்று - இனித்த மொழி சொல்லுற்றார்
இனித்த மொழி சொல்லுற்றார் - அந்த ஆயன் மகன் அந்நேரம்

மன்மதன் நடை

சிங்காரமான கண்ணே - இங்கே இரடி பெண்ணே
தேனே என் வார்த்தைகளை - மானே நீ கேளடியே
சித்திரப் பதுமையொன்று - விசித்திரமாய்த் துலங்க
செண்டு கட்டித் தாறேனடி - அண்டையிலே வீற்றிருக்க
தெய்வ பூசை குலைந்தால் - ஆயுசு குன்றுமென்று
உன் சிந்தைமுகம் வாடிவிடும் - செல்வரதி என்று சொல்லி
சேர்த்து இருகரத்தால் - செண்டதையுமே எடுத்து
தேவி கையிலே கொடுத்து — சிறப்பாக ஏகலுற்றார்
சிறப்பாக ஏகலுற்றார் - அந்த சித்தசவேல் மன்மதனும்

ரதி நடை

ஆழ மடுவதிலே - வேள் மதனைக் காணாமல்

ஆதிமூலம் எனவுரைத்த - சேதியதைத் தான் கேட்டு

ஆதி விஷ்ணு அருந்தவத்தால் - அருமையாய் வந்துதித்த

அழகுசிலை மன்மதனே - ஒளிவு திருமேனியனே

அடியாளுரைத்த மொழி - கொடுமை எனவே கூறி

அடுத்தடுத்து எனக்கு - சடுத்தங்கள் கூறுகிறாய்

அறியா வயதில் என்னை - பிரியமாய் மாலையிட்டு

அண்டங்கள் தான் மகிழ - தொண்டரெல்லாம் புகழ

அந்தரத்;தில் என்னை விட்டு - எந்த இடத்தில் போநீரோ

அந்திமமே சொன்னாக்கால் - எந்தனுயிர் இட்சணமே

அகன்றுவிடும் என்று சொன்னேன் - காண்பதில்லை என் கணவா!

அந்நாளில் உந்தனுக்கு - அந்நிதமாய் மாமுனியும்

அளித்திட்ட சாபமிது - இழுக்குதோ உந்தனைத்தான்

அல்லவே இந்திரனார் - சொல்லிவிட்ட சாபமிது

அனங்கன் என்னும் நாயகனே - இணங்க உந்தன் பானமதாய்

அடிபட்டுத் தானேங்கி - குடிவிட்டுக் காதலனே

ஆகையால் மனம் உழன்று - மாய்கையினாலே உனது

ஆவி அழிந்து விடும் - அழகான மன்மதனே

ஆத்திரமாய் தானுரைத்தாள் - பார்த்தீபன் தன் மகளும்

மன்மதன் நடை

ஆவி அழிவானேன் - சாபம் ஒன்று சொல்ல வந்தாய்

மன்மதன் லாவணி

அரிவையர்க்கரசே - மருகிடும் ரதியே

அழகிய மடமானே கண்ணே

அண்டின நூல்கள் சம்ரதமாக

அட்சணம் நான் வருவேன் ரதியே

ரதி லாவணி

வருகுவேன் என்று - பிரிதிகள் கொண்டு

மணவாளா என்னும் மாரா சுவாமி

வானவர் தானும்மை - மதிமோசம் செய்குவார்

வருவதும் இல்லை - தானோ சுவாமி

நீர் வருவதும் இல்லை - தானோ சுவாமி

மன்மதன் லாவணி

மோசம் வருமென்று விதிவசம் எனக்கு

மொழிந்தாயே மானே கண்ணே

நீ முயற்சிகள் செய்தால் விடுவானோ காலன்

மோகன மடமானே கண்ணே

மன்மதன் லாவணி

விதிப்படி என்று நீர் - மதிப்புடன் சொல்லுகிறீர்

விடலாமோ சுவாமி நானும்மை

இப்போ வீம்பினில் தன்னுயிர் - இகழ்ந்திடுவீர் போல

வேர்க்கு நீர் என்சுவாமி நீரும்

வேதங்கள் அறிந்தவர் - போலே வெகுவெகு

வேதங்கள் பிணத்துகிறாய் - மன்னா சுவாமி

இப்போ வேளையதிலே - பொல்லா தடையிது

என்றெண்ணி — விளம்பாதிப்போதே துரையே

பொல்லாத் தடையிது - என்றுநீர் வீறுகள் பேசுகிறீர்

பொற்சிலை மன்மதனே சுவாமி

இப்போது புத்தியில்லாமலே - மெத்தவும் கொதிக்கிறீர்

பிடிவாதம் ஏன் சுவாமி உமக்கு

மன்மதன் லாவணி

பிடிவாதம் என்று - சடுத்தங்கள் கூறுகிறாய்

பெண்ணே நவமணியே கண்ணே

போய்வாரும் என்று விடையருள் புரிவாய்

பூவை மடமானே ரதியே

ரதி லாவணி

விடையருள் எனக்குத் தரவேணும் - என்று விளம்புகிறாய்

மன்னா சுவாமி

இப்போ இருவரும் சேர்ந்துமே போகலாம்

ஆரோக்யபுரம் - ஆரோக்யபுர மன்னா சுவாமி

மன்மதன் நடை

அன்னமே மின்னரசே - அரிவையரே சொல்கிறேன் கேள்

அழகு ரதியைப் பார்த்துப் - பெருமையுடன் ஏதுரைப்பார்

ஆனாலும் எந்தனைப் போல் - காணவே பொற்பதுமை

அமர்த்தியே தாறேனடி - சமரதமாய் நீதியுடன்

அமர்ந்து இருமெனவே - அந்த மன்மதனும் தானுரைத்தார்

ரதி நடை

அல்லவே என் கணவா - சொல்லுகிறேன் கேளுமினி

அண்டையிலே தானிருந்து - செண்டல் விளையாடிடுமோ

ஆசையினால் எந்தனுக்கு - வாசனைப்பூ சூட்டிடுமோ

அருகில் இருந்து என்னை - சரசங்கள் செய்திடுமோ
அடுக்காத வார்த்தை இது - ஏற்காது போலுரைத்தீர்
அங்குசனே என்று வெகு - கண் கலக்கமாகவே தான்
ஆத்திரமாய்த் தானுரைத்தாள் - அந்த பார்த்திபன் தன் மகளும்

மன்மதன் லாவணி

மங்கையர்க்கரசே - பெண்களின் ரதியே
வானத்து மீன் கொடியே பெண்ணே
வடித்த செந்தேனே - பிடித்த கற்கண்டே
மதுவே நவரசமே கண்ணே
வஞ்சி இப்போது மிஞ்சிய மாதே - வங்கணமே அன்னரதியே

ரதி நடை

நாகமதில் பள்ளி கொள்ளும் - மோகத்தின் கண்மணியே
நாராயணன் புதல்வா - வீராதி சூரர் அவர்
நாகரீகத்தோன் மகனே - மாது உரை கேள் சுதனே

ரதி லாவணி

நந்தனார் மகனே - சுந்தர ஒளியே நற்கடலமுதே சுவாமி
விந்தையயாக உந்தனைப் பிரிய - என் தலை விதி வசமோ சுவாமி
நீர் போகிற போது பாவி நான் இருந்து - என்ன செய்யப் போகிறேன் சுவாமி
எப்படி விட்டு ஒப்பி நான் இருப்பேன் - என் தலைவிதி வசமோ சுவாமி

ரதி நடை

நம்பி வந்த தொண்டருக்கு - பின்புரைக்கலாகாதென்று
நாமுதவி என்றல்லவோ - மாமுகவேள் துரையே
நாராயணன் மகனே - காரணவேள் துரையே

ரதி லாவணி

நந்தி வாகன மீதிலேறும் - ஈசன் தபசை ஈசன் தபசை நீரும்
எந்த விதத்தினால் எய்து - வந்திடுவீர் சுவாமி எந்தன் சுவாமி
விந்தையதாக நீர் வில்லெடுப்பதும் - பாவி நான் பாவி
இனி உந்தன் ஆசையை ஒளித்திருப்பது பாராய் எனத் தீராய்

ரதி நடை

நானிலவேள் மதனே - பாரில் எனைப் பிரிந்து
நந்தி தபசளிக்க - எந்த பயலுமக்கு
நல்லதல்ல என் கணவா - சொல்வதனைக் கேள் என் துணைவா
நஞ்சுண்ட ஈசன் முன்னே - அஞ்சம்பு வில்லுடனே
நடப்பதினால் மதனே - இளப்பம் வந்து நேர்ந்துவிடும்
நாம் மரிக்கப் போகாதென்றாள் - அந்த காமரதி அந்நேரம்

மன்மதன் நடை

மாணிக்கத்தால் இழைத்த - பணிதியுள்ள மாளிகையில்
வஞ்சியர்கள் கூடி நின்று - பஞ்சுமெத்தை அலங்கரித்து
மலரைப் பரப்பியதில் - நலமாய்ப் பன்னீர் தெளித்து
மதுராபுரிச் சல்லாவை - சதிரிட்ட கட்டிலின் மேல்

மன்மதன் லாவணி

வாடிக்கையாகச் சோடியாய்ப் படுத்து - மனமது மகிழ்ச்சியுடன் - ரதியே
மலரோடு மலராய் - வயரோடு வயராய் மருவியிருக்க - ரதியே
மதியுடன் மதியும் மணமுடன் மணமும்
வண்டுடன் வணங்கத்தான் ரதியே
மங்கையர் விந்தைக்கு கொங்கையால் - நீராடி
வாய் முத்தம் கொடுத்தியோ ரதியே

மன்மதன் நடை

வாலை வடிவான பெண்ணே - லீலைகள் செய்து எந்தன்
வைத்திருந்த பாவனையும் - அற்புதத்தை என்ன சொல்வேன்
வாழை ரெண்டும் பின்னடக்க - தோளிரண்டுமே அதிர
வானவர் தன் சபைக்கு - யானுமே போய்வாரேன்
வழிமறித்து எந்தன் முன்னே - பழிகாரி நீ நடக்க
வாது சொல்லாதே அடி - மாதே என்னடி இது
குலுங்கு பந்தெடுத்து - விளையாடி நீ இருப்பாய்
மானே எனக்கிசைந்த - தேனே திரவியமே
மையலில் தனித்திருக்கும் - தையலே செண்பகமே
வாசமுள்ள என் வார்த்தை - நேசமுடன் கேளுமென்று
வார்த்தை உரைக்கலுற்றார் - அந்தப் பச்சை நிற மேனியனும்

ரதி நடை

கனக புவனம் மட்டும் - மௌன பாதாளம் மட்டும்
கனகமாய் ஒரு குடைக்கீழ் - மனமகிழ்ந்தாடுகின்ற
காரி நீல மேனியனார் - மறு நீலமாக வந்து
கனவு உல்லாச முதல் - மௌன சோரத மாளுகின்ற
காலாளுரை அணிந்து - கோலப் பணி பூண்டு
கையிற் கட்டாரி அம்பு - ஒய்யாரமாய்ப் பிடித்து
கற்பதித்த சிங்கமும் - ஒப்பழுள்ள பட்டாவும்
கட்டாரி நேரிசமும் - மட்டான வல்லயமும்
கணையீட்டி கத்திகளும் - முனையம்பு வில்லுகளும்
கனக சம்பத்துடனே - அநேக வித லீலை செய்து

கார்க்கும் வசந்தனையும் - நோக்கியே தேவர் சபை
கண்டு வர வேணுமென்று - செண்டு மலர்த் தேரேறி நீ
கட்டான தேவர் சபை - மெட்டுடனே போகையிலே
கன்னல் ரதி தேவியரும் - முன்னாலே ஓடி வந்து
கங்கணம் கட்டி என்னை - வங்கணமாய் மாலையிட்டு
கைலாசம் போனீரானால் - அடியாளும் பின் வருவேன்

ரதி லாவணி

காரியம் சொல்லி நீர் எங்கே போகிறீர்
கடவது ரஞ்சிதமே சுவாமி
கர்ணரைப் பிரிந்து என்னமாய் இருப்பேன்
காரண ரஞ்சிதமே சுவாமி

மன்மதன் லாவணி

பெண்ணரசே நான் விண்ணவர் சபை போய்
புகழுடன் வருமளவும் ரதியே
போற்றியே இருந்து - வாழ்ந்திட ரத்தின
பீடத்திலிரு மாதே ரதியே

ரதி லாவணி

பீடத்தில் வைத்துமே பிரிந்து நீர் போனால் - பெண்ணால்
நான் என்ன செய்குவேன் சாமி
ஓடமாயிருக்க வாடி நான் உருகி உன்னால் மன்மதனே சாமி

மன்மதன் லாவணி

மதனை எண்ணாதே விசனப்படாதே
வஞ்சியே மடமானே ரதியே
வானவர் சபைக்குப் போய் நான் வாறேன்
வருகிறேனடி மாதே ரதியே
வாது சொல்லாதே சோங்கி நில்லாதே
வருகிறேனடி மானே கண்ணே

ரதி வசனம்

ஆகோ சரணம் சரணம் ஐயாசாமி
தேவர் நீர் தேவலோகம் போறேனென்பது
தங்களுக்கு தருமம் அல்ல ஐயாசாமி

மன்மதன் விருத்தம்

பூவை பாங்கிகளோடும் புகழ்ந்திடும்
மொழியினாலே தவிராது கைலை வாசன்
தவமதை அழிக்க வேண்டி

தேவேந்திரன் என்னைத் திறமுடன் வரச்சொன்னாராம்
ஆதலால் சிலவு தந்து அனுப்புவாய் அனுப்புவாயே

வசனம்

ஆனால் கேளும் பெண்ணே பிராண நாயகி
தேவேந்திர மகாராஜா தூது அனுப்பியிருக்கிறார்
அந்த விபரம் இன்னதென்று நான் போய் தெரிந்து
கொண்டு வருகிறேன் பெண்ணே மனைவியாளே

மன்மதன் நடை

தெய்வ ரம்பை மெச்சுகின்ற - தேனே ரதிக்கிளியே
தேவியரே சொல்கிறன்டி - தேவேந்திரனார் ஏதோ
அவசரமாய் என்னை - வரும்படியாய்ச் சீக்கிரத்தில்
வரும்படியாய் செந்திரிக்கை - போட்டுவிட்டார்
ஆகையால் போய் வாறேன் - அன்ன ரதி பெண்மயிலே
ஆரணங்கே சொல்கிறேன் கேள் - அழுது புலம்பாதே
அன்னமே பெண்ரதியே - அமிர்தப் பசுங்கிளியே
அபரஞ்சி உன்னிதமே - ஆசைக் களஞ்சியமே
அடைக்கலம் காக்கின்ற - ஆயன்மகன் நானல்லவோ
அண்டரிடுக்குமதை - தென்றல் நான் போய் தீர்த்து
அனுப்பும் இந்தத் தூதருடன் - ஆயன் மருமகளே
அனுப்புமென்று கேட்கலுற்றார் - ஆயன் மகன் மன்மதனும்

ரதி நடை

கனமாய் வழிநடக்க - குணமான பெண் ரதியாள்
கண்ணாலேதான் பார்த்து முன்னாலே ஓடிவந்து
காதலனே என் கணவா - நிதமுடன் தேரேறி
கைலாசம் போனீரானால் - மயிலாளும் இங்கிருக்கேன்
கர்ணாயுதனா நீர் - சொர்ணமுள்ள வேள் துரையே
கலங்கவே என்னை விட்டு - துலங்கவே தேவர் சபை
கரியமால் மகனே - நீர் கைலாசம் போனீரானால்
காயமழிந்து விடும் - ஆவி துடித்திடும் காண்
காரியம் எல்லாம் அறிந்து - தாரணியில் என்னை விட்டு
கனமுடனே நீர் போக - மனம் வருமோ என் சுவாமி
காணாமல் எந்தனுக்கு - வீணான வார்த்தை வரும்
காரியங்கள் அல்ல இது - வீரியங்கள் பேசாதே
கற்பு சிங்க மன்னா - அற்புதமல்ல உனக்கு
கண்காட்சி காட்டாதே - பொன் காய்ந்த மேனியனே

கனகரத்ன மாளிகைக்கு - மனமகிழ்ந்து வாரும் என்று

கன்னல் ரதி தேவியரும் - மன்மதனைத் தான் பார்த்து

கர்ச்சிக்கும் வில்லுடையோன் - உச்சிதமாய் மன்மதனும்

கரும்புச் சிலையுடையோன் - அரும்புக் கணையுடையோன்

கருதி மிருதி வசம் - இருதயத்திலே நினைந்து

கன்னி புலம்புலுற்றாள் - அந்தக் கன்னல் ரதி அந்நேரம்

மன்மதன் லாவணி

சிந்தை கலங்குவானேன் - ரதிக்கிளியே எந்தன் பிரியமானே

வந்த விதியைத் தள்ளி - வாழ எவராலுண்டே

எந்த விதி வந்தாலும் - இந்திரன் இருக்கிறார்

சிந்தை கலங்குவானேன் - ரதிக்கிளியே எந்தன் பிரியமானே

அரன் மேல் கணை தொடுத்தால் யாரும் - சிந்தை கலங்கு

பிழையோம் என்று (சிந்தை கலங்கு) - அழுது அழுது கண்ணீர்

சொரிவ தென்னடி கண்ணே - சிந்தை கலங்குவானேன்

ரதி லாவணி

ஆறுமோ எந்தன் மனது - உமைப்பிரிந்தால் தேறுமோ எந்தன் மனது

பாரில் எனைப் பிரிந்து - பச்சை வில்லை எடுத்து

போருக்கெழுந்து மன்னன் - போகத் துணிந்தீரய்யா (ஆறுமோ எந்தன்)

அய்யோ நான் என்ன செய்குவேன்

அய்யய்யோ மன்னா - அய்யோ நான் என்ன செய்குவேன்

பொய்யான வாழ்க்கை வாழ்ந்து போறேன் என்றீரே மன்னா (அய்யோ நான்)

மன்மதன் லாவணி

மையலுக்குகந்த ரதி - மாதே என் வார்த்தையை

மறித்திட லாகாதே - மனஸ்தாபம் வையாதிப்போதே

எய்யும் கரும்பு வில்லை - வண்டு நாணல் துளைத்து

செங்கையினால் நாண் இழைத்து - ஐங்கணை தொட்டு

மங்கையர் படையீட்டி

திங்கட் குடை பிடித்து - தென்றல் தேரை விடுத்து

தேவர் சபைக்கு நானே - சீக்கிரமாகப் போய் வாறேனடி மானே

வானவர் கோனெழுதி - தானே அனுப்பி விட்ட வாசகத்தையும் பாரு

போகாவிட்டால் வசைவரும் கண்டு தேறு

அடி மையற்குகந்த ரதி மாதே - என் வார்த்தையை மறித்திடலாகாதே

மனஸ்தாபம் வையாதிப்போதே - தடுக்காதே தடுக்காதே

ஆசைக்கிளியே மானே

அரைச்சணத்தில் யான் போய்வருவேன் - தேனே

வாழும் கோவிந்தாசன் கருப்பணன் சொல்

வாசகத்தையும் பாரு - போகாவிட்டால் வசை வரும் கண்டு தேறு

அடி மையற்குகந்த ரதி மாதே - என் வார்த்தையை

மறித்திடலாகாதே - மனஸ்தாபம் வையாதிப்போதே

அமர முனிவர்களும் ஆயிரங்கண் இந்திரனும்

அழைத்ததனை அறிந்து வருவேன் - ஆனந்த யாழ் இசைப்போம்

அழகில் சிறந்தவளே - அறிவில் கலைமகளே

அரும்பு கணை வலிமை - ரதிக்கிளியே அறிய மறந்தாய் துணையே

அன்ன ரதிக்கிளியே - ஆசைக் கனியமுதே

அந்த அரனார் பெருந்தபசை ரதிக்கிளியே - அழித்து விடுவேன் தனியே

அடி மையற்குகந்த ரதி மாதே - என் வார்த்தையை மறித்திடலாகாதே

ஈசன் மகள் ரதியே - இன்பமுள்ள சகியே

ஈஸ்வரனார் தபசை - ரதிக்கிளியே இப்போதே அழித்து வருவேன்

ஆதிசிவன் மகளே - அழகில் சிறந்தவளே

அந்த சிவனின் பெருந்தபசை - சீக்கிரமே நானழிப்பேன்

மன்மத பாணங்கொண்டு - மகேசுவரன் தபசை

மகிழ்ந்துமே நானழிப்பேன் ரதிக்கிளியே - மயக்கம் என்னடி சகியே

அடி மையற்குகந்த ரதி மாதே - என் வார்த்தையை மறித்திடலாகாதே
மனஸ்தாபம் வையாதிப்போதே

தங்கத்தின் தேரை ஒத்த - தையல் இளங்கொடியே

தனி;த்து எனையனுப்பு ரதிக்கிளியே - தயக்கம் என்னடி சகியே

வெள்ளி ரதத்தை ஒத்த - விமலரின் பெண் மயிலே

விடையது நல்கிடுவாய் ரதிக்கிளியே - விண்ணுலகம் சென்று வர

பரமசிவன் மகளே - பார்த்திபன் புத்திரியே

பாங்காகச் சென்று வருவேன் ரதிக்கிளியே - பதற்றம் என்னடி துணையே

அடி மையற்குகந்த ரதி மாதே - என் வார்த்தையை மறித்திடலாகாதே
மனஸ்தாபம் வையாதிப்போதே

கன்றும் புலித்தோல் கொண்டு - கடுந்தவம் தானிருந்த

கங்காதரன் தவத்தை ரதிக்கிளியே - கரும்பு வில்லால் அழிப்பேன்

புலியும் புலித்தோல் கொண்டு - பெருந்தவம் தானிருந்த

புண்ணியனார் தவத்தை ரதிக்கிளியே - பஸ்பமாய் நானழிப்பேன்

பிரம்மனின் சாபம் பெற்று - பிச்சாண்டியாய் அலைந்த

அர்த்தநாரியின் தவத்தை ரதிக்கிளியே - அழித்து வருவேன் இச்சணமே

அடி மையற்குகந்த ரதி மாதே - என் வார்த்தையை மறித்திடலாகாதே
மனஸ்தாபம் வையாதிப்போதே

கங்கை தலை சுமந்த கங்காதரர் தபசை
கணப்பொழுதில் கெடுப்பேன் ரதிக்கிளியே - இனிய விடை கொடடி
இண்டம் தனில் அலையும் - ஈசனவர் தபசை
இப்போதே அழித்து வருவேன் ரதிக்கிளியே - விடை கொடடி
அரவம் அதை அணிந்த - ஆதிசிவன் தவத்தை
அழித்துமே நான் விடுவேன் ரதிக்கிளியே - அன்பாய் வீற்றிரடி
பாம்பதைத் தான் அணிந்த - பரமசிவன் தவத்தை
பாங்காய் நான் கெடுப்பேன் ரதிக்கிளியே - பண்பாய் நீ விடை கொடடி
செப்புச் சிலை வடிவே - சிங்காரத் தேரழகே
சீக்கிரம் நான் வருவேன் ரதிக்கிளியே - செழிப்பாய் வீற்றிரடி
அடி மையற்குகந்த ரதி மாதே - என் வார்த்தையை மறித்திடலாகாதே
மனஸ்தாபம் வையாதிப்போதே

ரதி லாவணி

தேவர் சபைக்கு எனது - வார்த்தை மதன வேளே
தென்றல் தேரேறி - போவேன் என்நீர்களே
இக்கப்படுரைத்த சூதை நீர் கண்டறியாமலிப்போதே
தடுத்த வார்த்தை சொன்ன வேளே
தென்றல் தேரேறி - போவேன் என்நீர்களே

மன்மதன் தருவு

கற்பகப் பூங்காவனமும் - கண்டுமே நடக்கையிலே
கனமான மாதுளையும் - கலந்த பன்னீர் மரமும்
வக்காவும் கொக்குகளும் - வரிக்குருவி தாராவும்
கானமயில் கூட்டமெல்லாம் - ஒக்க விளையாடுதடி
நாண வந்தான் பட்சியெல்லாம் - நயனங்கள் பேசுதடி
இஞ்சி படர்ந்த வனம் - இருவாட்சி பூக்கும் வனம்
பூங்குயில்கள் பாடுதடி - பூங்கொடியே தேவியரே
காறை நல்ல படர்ந்த வனம் - கற்பூரம் வாய்க்கும் வனம்
சீனி படர்ந்த வனம் - சித்தர்களும் கூடும் வனம்
தேனு படர்ந்த வனம் - அடி தேவரெல்லாம் கூடும் வனம்
பாசி படர்ந்த வனம் - பெண்ணே பாரிஜாதம் பூக்கும் வனம்
வாழை காய்க்கும் வனம் - வன்னிமரம் நிறைந்த வனம்
அமரமுனி தேவரெல்லாம் - அல்லோரும் கூடும் வனம்
வானவர்கள் தேவரென்னை - வரும்படியே சொன்னதாலே
போயி நான் வாறேனடி - அடி பெண்ணே இளங்கொடியே
மயங்கி அழுகாதேயடி - அடி வர்ணமணிப் பூங்குயிலே

மாவனத்தில் வீற்றிரடி - வர்ணமணிப் பூங்குயிலே

கேளும் என் பிராண நாயகி - ரதி தேவி

இந்த வனாந்தரத்தில் - பாங்கிமார்களுடனே

பகடை விளையாடிக் கொண்டிரு

நான் போய்வருகிறேன் - பெண்ணே ரதியாளே

ரதி தருவு

நீடிய பூங்காவனமும் - நிறைந்திருக்கும் சோலைகளும்

கூடி மாமயிலாடுதடி - கோதையரே பாங்கிமாரே

வாழைக்குலை சாய்ந்திலங்கும் - வயல் வனத்தையும் நாம் கடந்தோம்

தாழை மலர் வாசமுற்ற - தடஞ்சுனையும் நாம் கடந்தோம்

வானவர்கள் தேவர் உம்மை

வரும்படியே சொன்னதாலே

போகவேண்டாம் என் கணவா - உன் பொன்னடிக்கோர் சரணம் ஐயா

அங்கே போக வேண்டாமய்யா - ஆணழகா என் துரையே

தவயோக சித்தர்களும் - தங்கியே வாசம் செய்யும்

கின்னரர்கள் வாழும் வனம் - கிள்ளைகளும் பேசும் வனம்

சந்தன மாமரமும் - சாம்பிராணி விருட்சங்களும்

ஓடிவரும் நீரூற்றும் - ஒளிந்த சுனை அருவிகளும்

குயில் கூவும் நந்தவனம் - கோலமயில் ஆடும் வனம்

அரன் மேல் நீர் பானம் விட்டால் - அக்கினியாய்த் தான் எரிப்பார்

விந்தையாய் என்னைவிட்டு - விண்ணுலகம் சென்றாலே

வருவதில்லை என் கணவா - வைகுந்தன் புத்திரரே

தென்றல் தேர் மீதேறி - தேவி எனைப் பிரி;ந்து

கைலாயம் சென்றாலே - கர்த்தர் எரிப்பார் உன்னையே

இந்திரனும் சூதாக - எழுதினார் ஓலை தன்னை

அவ்வார்த்தை தான் கேட்டு - அமரரிடம் நீர் சென்றால்

அரைச்சணத்தில் அக்கினியாய் - ஆக்கிடுவார் ஆதிசிவன்

ஆந்தை அலறக் கண்டேன் - அக்கினியாய் எரியக் கண்டேன்

கோட்டான் குமுறக் கண்டேன் - கோட்டைகளும் இடியக் கண்டேன்

கன்றோடு தாய்ப்பசுவும் - தனியாய்ப் பிரியக் கண்டேன்

பசுபதியின் தவமழிக்க - பர்த்தாவே போகாதே

பதறிப் புலம்பலுற்றாள் - பசுங்கிளியும் அந்நேரம்

விசித்திரமாய் விண்ணுலகம் - வில் மாரா சென்றாலே

விதி வசமே தப்பாது - விமலர் எரிப்பார் உன்னையே

காமக்களஞ்சியமே - காதலரே என் கணவா

மாமுனிகள் சாபமிதோ - மதி மழுங்கிப் போனதிப்போ
கரும்பு வில்லைக் கைப்பிடித்து - கைலாயம் சென்றீரானால்
பச்சைநிற தேகமெல்லாம் - பற்றி எரிந்திடுமே
ஆகாத சேதி சொல்லி - அழைத்திட்ட இந்திரனின்
அவன் மனைவி தாலி தன்னை - அறுத்தெறியக் கூடாதோ
அடிமுடியில்லாத சிவ - அரனார் முன் நீரும் சென்றால்
அழிவு வரும் நிச்சயமே - அடியாள் மொழி தட்டாதே
என்று அலறிப் புலம்பலுற்றாள் - அந்த அன்னரதி அந்நேரம்

வசனம்

ஆகோ சரணம் சரணம் ஐயா சாமி
நீர் தேவரீர் தேவலோகம் போறேனென்பது
தங்களுக்கு தருமம் அல்ல ஐயா சாமி

ரதி லாவணி

தேவர் சபைக்கெனது வார்த்தை தடுத்த மதவேளே
தென்றல் தேரேறிப் போறேன் என்கிறீர்களே
இக்கபடு உரைத்த சூதை நீர் கண்டறியாமலே
வார்த்தை தடுத்த மதவேளே
தென்றல் தேரேறிப் போறேன் என்கிறீர்களே
வேத வடிவான நாதமயமான சோதி ஒளியான் ஈசன்
விரோதம் செய்பவர்க்கு அவன் காலன்
தட்சனின் யாகம் அழி;த்து சக்தியைத் தான் இழந்து
சினத்தில் தவம் அமர்ந்த ஈசன்
கோர தவம் அழிக்கச் சென்றால் வரும் நாசம்
மூத்த பிள்ளை சிரத்தைத் தானே அகற்றினார் கோபம்
வெள்ளை யானை சிரமளித்தார் பாசம்
வாசுகி தான் உமிழ்ந்த ஆலகாலம் தனையே
தானே எடுத்து உண்ட ஈசன்
அவர் தவம் அழிக்கச் சென்றால் வரும் மோசம்
சூதான இந்திரனின் தீதான சொல்லைக் கேட்டு நீரும்
புஷ்பரதம் ஏறிச் சென்றால் வரும் தீது
அசுரனை வதைக்க ஆறு பொறிதனிலே
ஆறுமுகனைப் படைத்தாரே
பத்மாசூரனையும் தான் அழித்தாரே
அண்டம் முழுதினையும் தன்னுள் அடக்கி வைத்த மாயன்
ஈசன் முடியைக் காணாது வியந்தாரே

அமரர்கள் இந்திரனும் ஆலோசனை முடித்து

அனுப்பினார் தூதுவரை சூழ்ச்சி

அங்சே சென்றால் வரும் பெரும் வீழ்ச்சி

காளையேறும் சிவனின் கைலாசம் நீரும் சென்றால் சாமி

உந்தன் தேகம் எரிந்திடுமே சாமி

இக்கட்டு உரைத்த சூதை நீர் கண்டறியாமலே

வார்த்தை தடுத்த மதவேளே

தென்றல் தேரேறிப் போறேன் என்கிறீர்களே

மன்மதன் லாவணி

தேவர்க்கும் வாக்களித்தேன் தேவலோகம் சென்று வர மானே

கலை மானே விடை கொடடி தேனே

குரு சேத்திரப் போர் நடத்தித் தர்மத்தைக் காத்திட்ட

சாரதியே என் தந்தை

நான் தவம் அழிக்கச் செல்வதென்ன விந்தை

செல்லமே அஞ்சுகமே ஸ்ரீதரன் மருமகளே கண்ணே

சிறப்பாய் விடையளிப்பாய் தேனே

யோகத்தின் பொக்கிஷமே பொன்னிற எழில் மயிலே

பொங்கும் காமரதி மானே

போய் வாறேன் அரைநொடி நானே

அண்டம் முழுவதிலும் அணுவாய்; கலந்திருக்கும் எந்தன்

ஆவி அழிவது உந்தன் மாயை

கோர அரக்கனுக்கு வேண்டும் வரம் கொடுத்து

பாற்கடலில் தான் ஒளிந்தார் ஈசன்

மோகினியாய் வந்து காத்தார் மாயன்

மலர்களை விடுத்து மகரந்த வாசம் பட்டு ஈசன்

நீல விழி திறக்கும் முன் வருவேன் தாசன்

உந்திக் கமலத்திலே பிரம்மனையும் படைத்த

சிங்க மலையாளும் மாயன்

அவர் செல்வன் நான் தேவர் கோயன்

அன்னமே எழில் ரதியே பொக்கிஷமே மானே

வருவேன் கலை நிலவே கானமயில் ரதியே

மன்மதன் தருவு

கற்பகப் பூங்கா வனமும் - கண்டுமே நடக்கையிலே

கனமான மாதுளையும் - கலந்த பன்னீர் மரமும்

வக்காவும் கொக்குகளும் - ஒக்க விளையாடுதடி

நாண வந்தான் பட்சியெல்லாம் - நயனங்கள் பேசுதடி
வானவர்கள் தேவர் என்னை — வரும்படியே சொன்ன தாலே
போயி நான் வாரேனடி - பெண்ணே இளங்குயிலே
மயங்கி அழுகாதேயடி - வர்ணமணிப் பூங்குயிலே
மாவனத்தில் வீற்றிரடி - பெண்ணே இளங்குயிலே
இஞ்சி படர்ந்த வனம் - இருவாட்சி பூக்கும் வனம்
பாரிஜாதம் பூக்கும் வனம் - பவள மல்லி நிறைந்த வனம்
தாமரைத் தடாகமது - தடஞ்சுனையும் நாம் கடந்தோம்
உத்ராட்சம் காய்க்கும் அந்த - உயர்ந்த வனச் சோலைகளும்
மா பலா பழுத்திருக்கும் - மலை மடுவை நாம் கடந்தோம்
ரீங்காரங்கள் தானிசைக்கும் - வண்டிங்கள் சூழ்ந்த வனம்
அல்லி மலர் பூத்திருக்கும் - அழகுத் தடாகமதில்
அன்னமெல்லாம் தான் கூடி - ஆடி விளையாடுதடி
சென்றுமே வாறேனடி - செண்பகப் பூ மெல்லியரே
வக்காவும் கொக்குகளும் - ஒக்க விளையாடுதடி
தென்றல் தேர் மீதேறி - சீக்கிரமாய்த் தானும் சென்று
ஐந்து மலர் கணை தொடுத்து - அரன் தபசைத் தானழித்து
அரைச்சணத்தில் வாறேனடி - அன்பாய் நீ விடை கொடடி
அன்பாய் நீ விடை கொடடி - செண்பகப் பூ மெல்லியளே
அலைகடலில் தான் துகிலும் - அரி ராமர் மைந்தனுக்கு
அமடுகள் வருகுதென்று - ஆரணங்கே உரைப்பதென்ன
கோவர்த்தன கிரி மலையை - குடையாகத் தான் பிடித்த
கோவிந்தன் செல்வனுக்கு - குறைகள் வர நீதியுண்டோ
குவலயத்தை ஈரடியில் - தானளந்த மாயவரின்
குலக்கொழுந்தாம் எந்தனுக்கு - குறைகள் வர ஞாயமுண்டோ
கனகமணி மாளிகையில் - கன்னியர்கள் சூழ்ந்திருக்க
பாங்கிமார்கள் தோழியுடன் - பகடை விளையாடியிரடி
ஈசான்யம் நானும் சென்று - ஈசன் அவர் பெரும் தபசை
மன்மத பாணம் விட்டு - மாசுபடத் தானழித்து
பெருமை கொண்டு வந்திடவே - பிரியமதாய் நீயனுப்பு
பவளவாய்;ப் பைங்கிளியே - ஆதித்தன் புத்திரியே
அங்குசனின் ஆண்மைதனை - அறியாயோ மாமயிலே
நல்விடையும் தந்திடுவாய் - நாரியன் மருமகளே
என்று நளினமதாய் தானுரைத்தார் - நானில வேள் மதனும்
மன்மதன் தருவு

பாண்டியனார் சீமையிலே - ஆண்டு வரும் நாளையிலே

அளி;த்திடவே மாரியது - பொழிந்திடவே மழையும்

அடித்தடவே மழையும் - உடைந்திடவே வைகை

அதையடக்கும் படியாக - ராஜன் கொடுத்து விட்டார் உத்தரவு

ஆலன் இல்லா பாவியவள் - ஏழை வாணி;ச்சியம்மை

அவள் அழுது கொண்டு இருக்கையிலே - அன்னம் எடுத்து உண்ணும்
சிவனாரும்

அவளுக்குப் பிரிச்ச பங்கை - நான் அடைக்கிறேன் என்று சொல்லி

அவள் சுடும் பிட்டை எல்லாம் - அச்சணமே தின்று விட்டு

அடைக்கத் திடம் இல்லாமல் - படுத்து விட்டார் உன் தகப்பன்

அப்போது பாண்டியர்க்கு - அதிக கோபம் தானானது

பாண்டியன் கைப் பிரம்பால் - அடி ஒன்று பட்டதினால்

அன்று அடித்த அடி - கன்று முதல் சிசு வரை

அனைவோர்க்கும் பட்டதடி - மனவருத்தம் முற்றதடி

அந்த ஆலமுண்டோன் தன் - தபசை நீல மலர் பாணமதால்

அஞ்சு மலரெடுத்து - பஞ்ச பாணம் தொடுத்து

அழித்துமே வாறனடி - சலித்து முகம் வாடாமல்

என்று அன்பாய் உரைக்கலுற்றார் - ஆயன்மகன் மன்மதனும்

ரதி தருவு

மார்க்கண்டேயன் தன் தபசை - மனதினால் தியானம் செய்து

தீர்க்கமுடன் பூசைகளும் - செய்து வரும் வேளையிலே

நேசமுடன எமனவன் - நிமிசத்தில் உயிர் பிடிக்க

பாசக் கயிறும் கொண்டு - பண்பாக வீசிடவே

அப்போது எங்கள் ஐயன் - ஆதி சிவனாரும்

ஒப்பமுடன் எமனைத்தான் - உதைத்து விட்டார் மார்பு தன்னில்

அப்போது எமனவன் - அழிந்து நசுங்கிடவே

அப்படிக் கொன்றதொரு - ஆதிசிவன் சங்கரன் மேல்

எப்படி நீர் பாணம் தொட்டு - எய்து வரப் போகிறீர்கள்

போகாதே தேவர் சபை - ஆகாது என் கணவா

என்று பொங்கமுடன் கேட்கலுற்றாள் - பெண் ரதியும் அந்நேரம்

மன்மதன் லாவணி

சிந்தை கலங்குவானேன் - ரதிக்கிளியே எந்தன் பிரியமானே

வந்த விதியைத் தள்ளி - எவராலுண்டும்

எந்த விதி வந்தாலும் - இந்திரன் இருக்கிறார்

சிந்தை கலங்குவானேன் - ரதிக்கிளியே எந்தன் பிரியமானே

அரன் மேல் கணை தொடுத்தால் - யாரும் பிழையோமென்று
அழுது அழுது - கண்ணீர் சொரிவதென்னடி பெண்ணே
சிந்தை கலங்குவானேன் - ரதிக்கிளியே எந்தன் பிரியமானே
ஆதித்தன் தான் நடுங்கும் - ஆண்மை தனை அறிய
அன்னமே தான் மறந்து - அழுவதும் ஏனடியே
சிந்தை கலங்குவானேன் - ரதிக்கிளியே எந்தன் பிரியமானே
சிங்கமாம் என்னுடைய - சீற்றம் தனை அறிய
சிறியவள் தான் மறந்து - சிந்தை கலங்குவதேன்
சிந்தை கலங்குவானேன் - ரதிக்கிளியே எந்தன் பிரியமானே
கார்குழல் தானிசைக்கும் - கண்ணனின் மைந்தனுக்கு
கபடுகள் சூழும் என்று - கலக்கமும் ஏனடியோ
சிந்தை கலங்குவானேன் - ரதிக்கிளியே எந்தன் பிரியமானே
நாகமதில் துயிலும் - நாரணர் செல்வனுக்கு
நாசம் வருகுதென்றால் - நானிலம் ஏற்குமோ தான்
சிந்தை கலங்குவானேன் - ரதிக்கிளியே எந்தன் பிரியமானே
சிறுமலைத் தேன் குடமே - சிற்றிடைப் பைங்கிளியே
சேடியர் பாங்கியுடன் வருமளவும் - பண்ணாங்கு ஆடிடடி
சிந்தை கலங்குவானேன் - ரதிக்கிளியே எந்தன் பிரியமானே
கனக சல்லா விரித்து - கட்டிலில் மலர் பரப்பி
காமனார் வருமளவும் - கண் மலர்வாய் பூங்கொடியே
சிந்தை கலங்குவானேன் - ரதிக்கிளியே எந்தன் பிரியமானே
கடல் துயில்வோன் மைந்தனுக்குக் - கஷ்டங்கள் வருகுதென்று
கன்னி நீ புலம்பாதே - காதல் கனியமுதே
சிந்தை கலங்குவானேன் - ரதிக்கிளியே எந்தன் பிரியமானே

ரதி லாவணி

ஆறுமோ எந்தன் மனது - உமைப் பிரிந்தால் தேறுமோ எந்தன் மனது
பாரில் எனைப் பிரிந்து - பச்சை வில்லை எடுத்து
போருக்கெழுந்த மன்னா - போகத் துணிந்தீர் ஐயா
ஆறுமோ எந்தன் மனது - உமைப் பிரிந்தால் தேறுமோ எந்தன் மனது
பொய்யான வாழ்க்கை வாழ்ந்து போறேன் - என்றீரே மன்னா
அய்யோ நான் என்ன செய்யுவேன் - அய்யய்யோ மன்னா
அய்யோ நான் என்ன செய்யுவேன்
உயிருள்ள சித்திரமே - ஊடல் களஞ்சியமே
உமைபாகன் தத்துவத்தை - உதிரும் கதிர் என்றெண்ணி
போருக்கெழுந்த மன்னா - போகத் துணிந்தீர் ஐயா

ஆறுமோ எந்தன் மனது - உமைப் பிரிந்தால் தேறுமோ எந்தன் மனது
முன்னோர்கள் சாபமிதோ - உந்தனைத் தானிழுக்க
மதி முழுதும் உழன்று - வீணே பிதற்றுகிறீர்
அய்யோ நான் என்ன செய்யுவேன் - அய்யய்யோ மன்னா
அய்யோ நான் என்ன செய்யுவேன்
பத்தினியால் சொல்லைத் தட்டிப் - பாவி இந்திரன் சொல்லை நம்பி
கைலாயம் நீரும் சென்றால் - கனலால் எரிந்திடுவீர்
ஆகாத கனவு எல்லாம் - தானாகத் தோன்றுதையா
அமரர்கள் சொல்லைக் கேட்டால் - அழிந்திடும் இன்னுயிரே
ஆறுமோ எந்தன் மனது - உமைப் பிரிந்தால் தேறுமோ எந்தன் மனது
வசந்தன் துணை என்றெண்ணி - வானுலகம் சென்றீரென்றால்
பச்சைநிற மேனியெல்லாம் - பற்றி எரிந்திடுவீர்
கன்னி நான் கண்ட கனா - கை மேல் பழிக்குமென்று
காலடியை நான் தடுத்தேன் - கணவனே போகாதையா
அய்யோ நான் என்ன செய்யுவேன் - அய்யய்யோ மன்னா
அய்யோ நான் என்ன செய்யுவேன்
அழகுள்ள ஓவியமே — ஆருயிரே என் கணவா
ஆதித்தன் கோபத்திற்கு - ஆளாக வேண்டாமைய்யா
மலரைப் பரப்பி - நல்ல மஞ்சம் தானிருப்போம்
மங்கை சொல் தட்டாதைய்யா - மன்னவனே என் துரையே
ஆறுமோ எந்தன் மனது - உமைப் பிரிந்தால் தேறுமோ எந்தன் மனது
ஆடல் கலை அழகே - அங்குசவேல் துரையே
பவளமணி மாளிகையில் - பாங்காய் சுகித்திருப்போம்
ஆந்தை அலறக் கண்டேன் - அரண்மனை இடியக் கண்டேன்
தேமல் படர்ந்த உந்தன் - தேகம் எரியக் கண்டேன்
அசோக வனத்தில் சீதை - தனியே தவித்ததைப் போல்
கொடியிடை என்னை விட்டு - கொற்றவனே போகாதைய்யா
அய்யோ நான் என்ன செய்யுவேன் - அய்யய்யோ மன்னா
அய்யோ நான் என்ன செய்யுவேன்
ஆறுமோ எந்தன் மனது - உமைப் பிரிந்தால் தேறுமோ எந்தன் மனது

மன்மதன் நடை

வாலை வடிவான பெண்ணே - லீலைகள் செய்து என்னை
வைத்திருந்த பாவனையும் - அற்புதத்தை என்ன சொல்வேன்
வானவர்கள் தன் சபைக்கு - யானுமே போய் வாறேன்
வழிமறித்து எந்தன் முன்னே - பழிகாரி நீ நடக்க

வாது சொல்லாதேயடி - மாதே என்னடியிது

வர்ணக்கிளி மயிலே - சொர்ணக்கிளி ரதியே

வஞ்சியரைக் கேட்கலுற்றார் - அந்தப் பச்சை வண்ணர் ஏதுரைப்பார்

ஆதி கைலை வாசன் - ஜோதி உமையாள் நேசன்

ஆனந்த உல்லாசன் - தானந்த மாரீசன்

அற்புதத் தாண்டவனும் - வற்பு வில்லுடையோனும்

அரவமணிந்தவனும் - புரமூன்றெறித்தவனும்

அகண்டவெளி கண்டவனும் - செக முழுவதும் ஆண்டவனும்

ஆலமதனைப் பொசித்து - ஞாலமதனைப் பிரித்து

அணுவுக்கணுவாய் உயர்ந்து - இணையொருவர் இல்லாமல்

அரனாரிடமுதித்த - திறமான பெண் ரதியே

அரிவை ரதியே - அடி பருவமுள்ள பெண்ணணங்கே

ஆபத்தை முன்னிறுத்தி - சபையறியச் சொல்கிறேன் கேள்

ஆதித்தன் நடுங்கிடுவார் - ஓதுவார் திடுக்கிடுவார்

ஆதலால் மானே நான் - சேதி அறிந்த மட்டும்

அறிந்து உமக்குச்சொன்னேன் - தெரிந்து பாரடி கண்ணே

அருமை மிகுந்தவளே - பெருமையாய் இந்திரனார்

அளிக்கும் வாசகத்தைக் கண்டு - மழைக்கு முன் போய் வாறேன்

அமர்ந்திரடி ஆரோக்யமாய் - விமலியே என்று சொன்னார்

மன்மதன் லாவணி

மாதரசே நான் வானவர் சபை போய்

புகழுடன் வருமளவும் - ரதியே

வாழ்ந்திடப் பாங்கிகள் - போற்றிட ரத்தின

பீடத்தில் இருமாதே ரதியே!

ரதி லாவணி

அழகு மதனே நீர் வழுவியே போனால்

ஆகாது ஏன் காணும் சுவாமி

அரிவையாள் பிரிந்ததுமே ஒருவியாய் இருப்பேனோ

ஆரண ரஞ்சிதமே சுவாமி - மேரு வென்று சாதனையாக

விண்ணவரிடம் சென்றால் சுவாமி

மெல்லியாள் காம நல் ரதி பொறுக்கேன்

மேதினி தனிலிருக்கேன் சாமி

மன்மதன் லாவணி

இருக்க ஒன்னாதே பொறுக்க ஒன்னாதே

இன்னும் வேணுமோ ரதியே

ஏகி நான் வாறேன் போய் நான் கண்டு
இட்சணம் நான் வருவேன் ரதியே

ரதி லாவணி

வருகுவேன் என்று பெருமைகள் கொண்டு
வானவரிடம் சென்றால் சுவாமி
மங்கையாள் தமக்குப் பொங்கிய காம மையல்
சகிக்க ஒன்னாதே சாமி

மன்மதன் லாவணி

சகிக்க ஒன்னாதென்று தடங்கல் செய்யாதே
தையல் ரதி மானே கண்ணே
தருகிறேன் உனக்குப் பொன்னினால் பதுமை
தனித்திரு கலங்காதே ரதியே

ரதி லாவணி

கலங்காதிருந்தால் நலம் தருமோ நீர்
கைதனிலே தந்து சுவாமி
காட்டிய பதுமை மேட்டிமையாக என்
காமத்தைத் தீர்த்திடுமோ சுவாமி

மன்மதன் லாவணி

தீர்க்குமோ என்று வார்த்தைகள் சிலவு
செப்புனாயடி மாதே ரதியே
தேவியே என்னுடைய - ஆண்மைகள் உனக்கு
தெரியாதோ மானே கண்ணே

ரதி லாவணி

தெரிந்ததனாலென்ன? அறிந்ததனாலென்ன?
தேன்மொழியால் மீறேன் சுவாமி
தேவர்களிடத்தில் நீர் மாத்திரம் தான்
சென்றால் மோசம் வரும் சுவாமி

மன்மதன் லாவணி

மோசமேதடி ஆசை என் ரதியே
போடியடி மாதே ரதியே
முக்கியமான சர்க்கரையே என்ன
மோகன சிங்காரி ரதியே

ரதி லாவணி

சிங்கமே என்னுடை அங்குசமாக
சித்தசவேள் துரையே சாமி

நீர் செல்லாதிருந்தால் மல்லாடுவீரே

சீமானே துரையே சுவாமி

ரதி நடை

ஆண்டவனே காம இன்பம் - வேண்டியே என்னிடத்தில்

அன்புடனே நீர் வாரும் - தெம்பு மிகக் கூறும்

அணைந்து எனைச்சேர்த்து - புணர்ந்து காமம் பாரும்

அல்லிமலர் முல்லைமலர் - நல்ல முள்ளு நீலமலர்

அசோகுமலர் சூதுமலர் - விசால அந்துமலர்

ஆழி முரசோனே - வாளி தென்றல் தேரோனே

அக்கரும்பு வில்லோனே - நச்சுக்கரும்பு நாணானே

அங்குசனே என்று வெகு - கண் கலக்கமாகவேதான்

ஆத்திரமாய் தானுரைத்தாள் - அந்த பார்த்தீபன் தன்மகளும்

மன்மதன் நடை

அல்லவே பெண்மயிலே - ஆனந்த வாள் மயிலே

அமிர்தப் பசுங்கிளியே - அமிர்த குண வாசகமே

அழகில் மிகுந்தவளே - அன்புள்ள பெண் ரதியே

ஆதி கீர்த்தி பெற்றவளே - ஆசை ரதிக்கிளியே

ஆதிசிவன் உன்தகப்பன் - அருள் செய்யும் வேள்வியினால்

அமிர்தமுண்ட தேவர்கட்கும் - ஆயிரங்கண் இந்திரர்க்கும்

அமடுகள் வந்ததென்று - ஆலோசனைகள் செய்து

அன்று வரவிடுத்தார் - ஆனதினால் நாயகமே

அறிந்து வரவேணுமிப்போ - அடுத்தடுத்து தடுக்காமல்

அனுப்பென்று கேட்கலுற்றார் - ஆயன்மகன் மதனும்

ரதி நடை

அல்லவே என் கணவா - அமிர்தகுண வாசகமே

ஆதியில் உயர்ந்தவனே - அகமான விஷ்ணுவுக்கு

அருமையாய் வந்துதித்த - அலங்கார சுந்தரனே

அறியாதவரைப்போல் நீரும் - அவ்வார்த்தை சொல்ல வந்தீர்

ஆனதினால் நீரும் - அமிர்தகுண தேவசபை

ஆண்டவரே போனீரானால் - அரைசணத்தில் உந்தனுக்கு

அமடுகள் வந்து விடும் - அடியாள் சொல் தட்டாமல்

அலங்கரித்த மாளிகையில் - அமர்ந்திருமென்று சொன்னாள்

அந்த ஆதி சிவன் பெற்றெடுத்த - அன்னரதிக்கிளியும்

மன்மதன் நடை

சீரல்ல பெண்ணணங்கே - செல்வரதி இன்னுமொன்று

செப்புகிறேன் கேளடியே - செண்பகப்பூ மெல்லியளே

சிறந்தமல்லி சாதிமல்லி - சிறப்பாய் நான் கொண்டு வந்து

செண்டுகெட்டித் தாறேனடி - உன் அண்டையிலே வீற்றிருக்க

செண்டை வைத்து நீதானும் - செழித்தமுகம் பார்த்;திரடி

செண்டுமலர் வாடிவிட்டால் - செங்கரும்பு வில்லொடிந்து

உன் சிந்தைமுகம் வாடிவிடும் - செல்வரதி என்று சொல்லி

சேர்;ந்து இருகரத்தால் - செண்டையுமே எடுத்து

செண்டையுமே எடுத்து - தேவி கையிலே கொடுத்து

சிறப்பாக ஏகலுற்றார் - சித்தசவேள் மன்மதனும்

ரதி நடை

சித்தசவேள் ராஜேந்திரனார் - செல்வதுரை அழகன்

சிங்காரப் பூமலரோன் - தென்றல் தேர் தன்னழகன்

செப்புமந்த வார்த்தை எல்லாம் - செல்வரதியாளும்

சீர்த்திருந்து தான் கேட்டு - திகைத்து எழுந்திருந்து

திக்கென்று கீழ் விழுந்து - தெற்கே பரவசமாய்

சித்தசவேள் என் துரையே - நீர் செப்புவது ஞாயமல்ல

தேவர்கள் அனுப்பிவிட்ட - திறமான தூதர் பின்னால்

தென்றல் தேர் மீதேறி - திரிபஞ்ச கல்யாணி

சிறக்கப் பதினாறு கட்டி - தேவியரும் புருஷருமாய்

தேரேறிப் போனோமானால் - சிகட்சியாய் எண்ணிடுவார்

ரதி லாவணி

அதிக சிங்கார நடன ஒய்யாரா

அங்குச சதிர் வீரா சாமி

உம்மை அனுப்பியே நானும்

தனித்திருப்பேனா

ஓசைக்கடல் மன்மதனே சாமி

மன்மதன் லாவணி

சடுதியில் வருவேன் - தடுத்திட வேண்டாம்

சௌமியன் புத்திரியே - ரதியே

காரண இந்திரனார் - யாவரும் கூடி

தயவாய் வரவழைத்தார் கண்ணே!

ரதி லாவணி

இந்திரர் முனிவரும் - இன்பமாய் அழைத்தே

இடுக்கங்கள் செய்திடுவார் சாமி

எண்ணியே நானும் தடுத்திடலானேன்

எடுத்தடி வையாதே துரையே

மன்மதன் லாவணி

அதிவீர சூரனென்று அறியாயோ? - என்னை

ஆசை ரதிக்கிளியே - பெண்ணே

அந்த அரன் செய்யும் தபசை - அழித்துமே வாறேன்

அன்பாய் விடை கொடடி - பெண்ணே

ரதி லாவணி

மதனா நீரும் நானுமே கூடி

மார்புடன் மார்பிறுக சுவாமி

மங்கலமாகப் பஞ்சணை மீது

வஞ்சியாய் வீற்றிருப்போம் சுவாமி

மன்மதன் லாவணி

வீற்றிங்கே இருந்தால் நேரமுமாகுது

விசித்திர மாமயிலே - கண்ணே

தேவர்கள் முனிவர்கள் - வழி பார்த்திருப்பார்கள்

விடை தந்திடுவாயே - பெண்ணே

ரதி லாவணி

எப்படி என்னை விட்டு - எங்கே போகிறீர்

ஏற்குமோ பார்க்கு - இதுதூன் சாமி

இந்திரன் கெடுப்பான் - தந்திரமாக

அங்கே நீர் போகாதீர் - சுவாமி

மன்மதன் லாவணி

போகலாம் என்றால் - தடுத்திடப் போமோ

பெண்ணே ரதிக்கிளியே - ரதியே

பூவையே உனக்கு - யார் சொன்ன மதியோ

பெண்ணே - அனுப்படி ரதியே

ரதி லாவணி

அனுப்பென்று சொன்னால் - என் ஆவி உருகுது

பாவி நான் என்ன செய்குவேன் - சுவாமி

தனித்து இருந்துமே - நானும்மை விட்டால்

சங்கரன் எரிப்பாரே - சுவாமி

மன்மதன் லாவணி

எரிப்பார் என்றே - உனக்கெப்படித் தெரியும்

இன்ப ரசக்கனியே - பெண்ணே

அழிப்பேனே நானும் அவருடை தபசை

அரைநொடி – நான் போயி கண்ணே

ரதி லாவணி

பாணமெடுத்தால் – பஸ்பமாய் எரிப்பார்

பாவி நான் என்ன செய்குவேன் – சுவாமி

கானக வனத்தில் இருமென்று – எந்தன்

கணவனே – போறீரே சுவாமி

மன்மதன் நடை

அரவணையிலே துயில்வோன் – சிறு மதலையாய் வருவோன்

அறுகோண சக்கரத்தில் – எரிதணலாய் நின்றார் கோன்

ஆங்காரம் உச்சரித்தோன் – ஓங்காரச் சக்கரத்தோன்

ஆதிசேசனை மிதித்தோன் – வாது செய்வோரை வதைத்தோன்

ஆரவார வீர சிங்கன் – கோதண்ட வில்லை வளைத்த ராமன்

அலைகடலமிர்த கும்பத்தோன் – மலைகளை எடுத்து நின்றோன்

அதட்டி வாய் தான் மொழியும் – பதற்றமுள்ள மூர்க்கர்களை

அறவே அழித்த தெய்வம் – பெரியதாய் உதித்த சிங்கம்

அடங்காப் பில்லி சூனியத்தை – அதட்டிக் கருவறுத்தோன்

அதட்டிக் கருவறுத்தோன் – சிறக்க மதமழித்தோன்

ஆமை உருவெடுத்தோன் – பூமி பாரங்கள் தீர்;த்தோன்

ஆண்டவன் எம்பெருமான் – வேண்டியே பாலனுக்கு

ஆபத்து வருமென்று – நிதானித்துச் சொல்லலாமோ?

அம்பாளி நீ தான் வாய் திறந்து – தேம்பியே அழுவதென்ன?

அறிவேனடி மானே – தெரியாதோடி தேனே

ஐந்து மலர்க்கணை கொண்டு – பரந்த உலகத்தில் சென்று

ஆர்ப்பரித்து பல் கடித்து – பார் மிதித்துக் கணை தொடுத்தால்

அவனியேது உலகமேது – புவன சாகரமும் ஏது?

அந்திவண்ணன் தேவனேது – இந்திரன் இந்திராணியேது

வானவரேது அரவ முனிவரேது – புவன சாகரமும் ஏது

அந்திர சூட்சமேது – சந்திர சூட்சமேது

அணுவொன்று தானுமில்லை – மனுவுகள் ஒன்றுமில்லை

அடுக்கு நிலைகளில்லை – இரவும் பகலுமில்லை

அல்லல் வினைகளில்லை – கொல்லன் கருவியில்லை

ஆவென்ற சொல்லுமில்லை – ஓவென்ற சத்தமில்லை

அறிந்துமே என் வலுவை – குறைத்ததாய் சொல்ல வந்தாய்

ஆசைக்குகந்த கண்ணே – நேசமிகுந்த பெண்ணே

ஆதாரம் கொடுத்து – சிதற விடேனடி கண்ணே

அரைநொடி உன்னை விட்டு - பிரியேனடி இந்த மட்டும்

அண்டர் இடுக்கமதை - தென்றலான் போய் தீர்த்து

அடிமயிலே மாதரசே - உன்மடி மீதிலே யானிருக்க

அருள்பிடித்துக் கொண்ட வாள்போல் - மருவு புது மங்கையைப் போல்

அடிக்கடியே மிரண்டு - விருப்பமுடன் சொல்வதென்ன

அரைநொடியில் வாறேனடி - கருணை மிகக் கூர்ந்து

அனுப்புமடி பெண்ணே என்றார் - ஆயன்மகன் மன்மதனும்

ரதி நடை

பஞ்சவர்ண ரஞ்சிதனார் - வஞ்சியர்கள் மொய் குழலாள்

பாசமதிலே உழன்று - மோசம் வருகுதென்று

பண்ணி வைக்கும் பார்த்தீபா - அண்ணல் தமக்கேற்காது

பார்த்தீபா உந்தனுக்கு - நேர்த்தியோ மாடடக்கும்

பங்கயமால் உன் தகப்பன் - சங்கை தனி லாயகுலம்

பாடி தனிலே பிறந்து - காடு தனிலே திரிந்து

ரதி லாவணி

பசுக்களை மேய்ப்பதும் - பால்தயிர் குடிப்பதும்

தாய் அவளிடத்தில் - அசுக்குகள் கேட்பதும்

மாயவனாய் தசுக்குகளை அறியேனோ தான் மெத்த

ரதி நடை

பாவனையாய் சொல்ல வந்தீர் - ஓவியமே அந்நாளில்

பஞ்சவர்க்குத் தூது சென்ற - வஞ்சமுள்ள மாயனென்று

பார்த்திருப்பேன் நான் முன்னமே - ஆத்திரமாய் நீரும் சென்று

ரதி லாவணி

பாசமதாய் மலர் ஈஸ்வரன் மீதிலே - ரோசமதாய் கணை நீர் விடும்போது

மோசமேயதனால் - வெகு தீது

ஆசை மன்மதனே - இது வாது

ரதி நடை

பற்றி வருவேன் பிறகே - உத்தமனே முன்னாலே

பாவியதாகி - இந்திரனார் மொழி ஓவியமாகவே

எண்ணி நினைத்து - ஆவியதாகிய மாலை தரித்து

பார முப்புரமெரித்த - அகோர அனல் விழியால்

பற்றி எரித்திடுவார் - சி;த்தசவேள் என் துரையே

பாசனே என் பிராணனே - நேசனே சென்றால் மோசம்

பர்;;த்தாவே என்றுரைத்தாள் - உத்தமியும் அந்நேரம்

மன்மதன் நடை

அப்போது மன்மதனும் - செப்புமுலை ரதிக்கிளியை

அவளுடைய முகம் நோக்கி - வனப்புடனே ஏதுரைப்பார்

ஆங்காரமோ உனக்கு - தாங்காத கோபமிதோ

ஆதிசிவனுக்கிளைத்த - சூதாகவே களைத்து

அழிந்து விடுவேன் என்று - மொழிந்தாயே பெண்மயிலே

அந்திவண்ணன் புகழும் - சொந்தமிகு எந்தன் குலம்

ஆண்மைதனை சொல்லுகிறேன் - பூவையே கேளடியே

ஆதியிலே பிரம்மதேவனிடமதிலே

ஆகமவேதம் பறித்து - சாகரத்திலே ஒளித்து

அசுரர்குல சோமுகனும் - ஆலித்துத் தானிருந்தான்

அப்போது சிருஷ்டியற்று - யாவையும் படைப்பதற்கு

ஆதி நாராயணனே - சீதரனே நான்முகனே

அச்சுதானந்தனே - பச்சைநிற மேனியனே

அந்தமிகு சோமுகனும் - எந்தனிடமிருந்து

ஆதிமறை வேதமதை - சூதாகவே பறித்து

அலைகடலிலே ஒளிந்தான் - நிலைதவறி நானும் வந்தேன்

அபயமென்னைக் காரும் என்று - சமயமெனக் கூற

அச்சுதனார் கேட்டு - அட்சணமே கண்விழித்து

ஆலிலை மேல் நின்று - ஆலோசனை முடித்து

அருக்கன் மகன் செய்த - பெருந்தபசை அப்போது

அன்று வந்த வரத்துக்கு - இன்று நன்றாய் வந்து வாய்த்ததென்று

அகலிகை வடிவாகி - அண்டர்குலம் கோணிகளும்

அடங்காப் பரமனிடம் - திடங்கொண்டு தானும் வந்து

அளவு பத்துலட்சமுடன் - ஐம்பத்து நாலாயிரங்கோடி

ஆகமொத்தம் - மகாகோடி சங்கநிதி

அட்சணமே கொண்ட - மச்சவதாரமுடன்

அப்போது இறங்கிவிட்டார் - எம்பெருமான் விளையாட்டாய்

அலைகடலிலே பாய்ந்து - உலாவுகின்ற பாவனைபோல்

அரக்கன் தனை வதைத்து - பெருக்கமுடன் வேதமதை

ஐயனார் வசம் அளித்த - இயல்பாகவே உலகம்

யாவும் படைப்பதற்கு - மேல வரமே கொடுத்தார்

அனந்த சயனனடி - என் தகப்பன் அறியாயோ

ஆட்டுக்குப் பலப்படுமோ - காட்டுப்புலி மானும்

ஆனைக்குச் சிங்கம் - இணையது ஆகுமோடி

ஆயிரம் பிரம்மாக்களும் - பதினாயிரம் பேர் இந்திரன் கூடி

அர்த்தமுள்ள ஈஸ்வரனும் - எந்தனுடன் எதிர்த்தாலும்

அவரால் முடியாது - யாவரையும் வெற்றி கொள்வேன்

அந்தமுள்ள விஷ்ணுவுக்கு - சொந்தமகனாய் இருந்தும்

என்னால் முடியாதென்றால் - தன்னால் சிரிப்பார்கள்

ஆகையால் எந்தனுக்கு - போகவிடை தாருமென்று

அழகுரதியாள் தமக்கு - நளினமுடன் தானுரைத்தார்

அனுப்பிவிடு பெண்மயிலே - ஷணத்திலே நான் வருவேன்

என்று அப்போது சொல்லலுற்றார் - அந்த ஆயன்மகன் மன்மதனும்

ரதி நடை

காயாம்பூ மேனியனே —— கருணைக் கடலமுதே

கையில் வாகனமேந்தும் - கந்தருட மைத்துனரே

கார் வண்ணன் ஈன்றெடுத்த - சீரான வேள்மதனே

செங்கரும்பு வில் பிடித்து - இங்கிதமாய் போறேனென்றீர்

செகத்தின் உண்மையெல்லாம் - செப்புகிறேன் கேளுமினி

அண்டசராசரங்கள் - இல்லாத காலந்தனிலே

ஏகசகிதம் ஆகி நின்ற - இடந்தனிலே சக்தி பிறந்தார்

அதன்பின் யார் பிறந்தார் - ஆனைமுகத்தோன் பிறந்தார்

அதன்பின் யார் பிறந்தார் - உமைய முகத்தோன் பிறந்தார்

அதன்பின் யார் பிறந்தார் - அரன் சிவன் ருத்ரன் பிறந்தார்

அதுவோ பஞ்சாஷரமாய் - அவனி ஐம்பத்தாறு தேசத்திலும்

அஞ்செழுத்து ஆச்சுது பார் - அஞ்செழுத்து ஆறெழுத்து

நமசிவாயமெனும் - ஆச்சுது பார் அகஸ்திய நடுவுரையில்

பதினெண் சித்தர்களும் - பல வேதியரது ஏடும்

கரிய நூல் கருட - கனமான சமஸ்கிருதம்

கணக்குப்படிக் கிள்ளையென்றும் - காரிணைக்கோர் சொல்ல வந்தீர்

கவிக்கு முன் நோக்கமுடன் - காரியத்தைத் தானறிந்து

கணவனே உந்தனை நான் - கஞ்சமலர் தேன்மொழியாள்

உல்லாசமானவரே - சல்லாபா என் துரையே

ஒளிக்கும் கதிர்மணி - உமையாள் நவமணி

ஏங்குகின்ற நாதமதில் - துலங்குகின்ற மணி விளக்கே

உச்சித ஆரோக்யபுரம் - உயர்ந்ததென்றீர் மேசையின்மேல்

ஒப்பும் அந்த கோபுரமும் - ஓங்குமலர்ச் சோலைகளும்

உயர் செல்வமாகி நிற்க - உதைப்பாரோ ஆதி சிவன்

உயர் நெற்றிக் கண்ணதனால் - உம்மை எரித்திடுவார்

உம்மை எரித்திடுவார் - உமக்கிது ஞாயமல்ல

உமக்கிது ஞாயமல்ல - உண்மையை நான் சொல்லுகிறேன்
என்று உதிரிப் புலம்புற்றாள் - ஒண்டொடியாள் அந்நேரம்

மன்மதன் நடை

பார்வதியின் தன் மகளே - பச்சைப் பசுங்கிளியே
பஞ்சக் கருவான அரசே - நெஞ்சம் கலங்கி மெத்தப்
பன்னும் ஆலோசனைக்கு - என்னை வரும்படியாய்
வரவழைத்தபடியால் உன் - பிடிவாத சொல்லை விட்டு
பாரிய புத்தியினால் - காரியம் என்றே எண்ணி
பண்புடனே எனக்கு - இன்பவிடை தாரும்
எந்தன் பாக்யவதியே ரதியே - சிலாக்ய வதியே குயிலே
என்று பணிவுடன் கேட்கலுற்றார் - அங்குசவேள் மன்மதனும்

மன்மதன் புறப்பட்டுப்போய் ஈஸ்பரனிடத்தில் சொல்லும் எரிய விருத்தம்

கர்த்தனே சிவனே உந்தன் கடுந்தபம்
கண்ணில் காண என் சித்தமும் - நடுங்குதிப்போ
தேவர்க்கும் வாக்களித்தேன்
அர்த்தனே பரனே என்று அஞ்சியே நடுநடுங்கி
மெத்தவும் பயந்து மாரன் வீறுடன் பாணம் விட்டான்

லாவணி

இதோ பார் அஸ்திரம் - இப்போ விடுகிறேன்
ஈஸ்வரன் தபசை - நான் இப்போதழிக்கிறேன்
இதோ பார் மூதா மறைமேல் வெறும் கற்கணைகள் கையில்
இதோ பார் அஸ்திரம் இப்போ விடுகிறேன் - என்று
மன்மதன் பாணம் விட்டான்

ஈஸ்வரன்

ஏதடா ஒருகாலத்தில் - இல்லாத தென்றல்
வாடை போதவே - மணக்குதென்று
ஈசன் நெற்றிக் கண்ணதை விழித்திட்டாரே

ரதி ஒப்பாரி

கனகமணி மாளிகையில் கட்டிலின் மெத்தையின்மேல்
கஸ்தூரி அரளிமுல்லை காம்பறுந்த ஐங்கலப்பூ
கஞ்சமலர் சாதிமலர் கலந்து மிகவே பாலி
கனக சல்லா விரித்து - கட்டழகன் மன்மதற்கு
கன்னல் ரதி தேவியரும் கலந்து - நித்திரை செய்யையிலே
கடுஞ்சாம ராத்திரியில் - காமனெழுந்திருந்து
காணாமல் போனதினால் - கைலாசநாதர் மகள்

கதறி எழுந்திருந்து - கட்டுங்குழல் விழ

அடி காமாட்சி செண்பகமே - மீனாட்சி மாரிமுத்தே எல்லோரும்

வாருங்கடி என் பரிதாபம் - பாருங்கடி என்று

அடித்துப் புரண்டழுதாள் - அன்னரதி அந்நேரம்

செரியான பஞ்சணையில் - மலரான மெத்தையின் மேல்

சையோகமாய் - ஒய்யாரமாய் இருக்க

சண்டாளத் தேவரெல்லாம் - ஒன்றாகத்தான் கூடி

சதி செய்ய வேணும் என்று சண்டாளரின் - தூது கொண்டு

சட்டமுடன் தேரேறி - இஷ்டமுடன் போகையிலே

சாமி நீ போகாதே - வேள் மதனே அபாயம் வருமென்று

தையல் ரதி தடுக்கத் - தட்டியே

போன மதன் சடுதியில் வரக்காணேன் - சதிகாரத் தோழிகளே

என்று தவித்து விழுந்தழுதாள்

தையல் ரதி தேவியரும் - மார்க்கண்டனுக்கு வரம்

தீர்க்கமுடன் கொடுத்த வள்ளலே - என் தகப்பா

பிள்ளையல்லவோ உனக்கு நான் - மஞ்சள் குளிக்காது

நெஞ்சம் பொறுக்கலையோ - பந்தல் பிரிக்கலையே

வந்த சனம் போகலையே - பணியாரம் சுட்ட சட்டி

பாதி மணம் போகலையே

கச்சாயம் சுட்ட சட்டி - காவி மறையலையே

கட்டிய தாலியது - கயிறும் கறுக்கலையே

மாலைகள் களையலையே - சீலை துவலளையே என்று

மண்ணில் புரண்டழுதாள் - மங்கை ரதி அந்நேரம்

ரதி ஒப்பாரி

மதவேளோ நீ கேளாய் - இதோ கோலாகலப் பிரிய

இதமான சிவனை - இதமான ஈஸ்வரனை

சச்சிதானந்த சிவன் - தச்சுதானந்த பரமன்

தார்வீகலோ கணவன் - மார்வீர மார் வீரன்

சய்யோகமான துரை - ஒய்யாரமானவரே

சய்யோக சங்கரனார் - அம்புவியில் தங்கையனார்

சர்க்கரைக்குகந்த கண்ணா - இக்கையிலிருந்த

வர்ணா சாம்பதா சிவனை - வீரமாக எண்ணவனை

சப்பளையாள் விற்பனவன் - ஒப்பிதமாய் கற்பகவன்

கண்டு சிறந்து வந்து - வண்டு மொழி பறந்து

காமன் கணையதனால் - நேமத்துடனே அதுபோல்

கண்ணே மன்மதனே - எந்நேரமும் உந்தனைத்தான்
காண்டியமான துரை - வேண்டி அநேகம்
சொன்னேன் கையாலடித்து - என்னைய ஒடித்து
உமது பார்த்தீபன் ஈஸ்பரனை - சேர்த்தினால் அகலாத மதனை
பறந்தோடிப் போகத் திறமாகச் - சொன்னேனென்று பாதுமுகம்
சேர்ந்து ரதி தீர்க்கமுடன் - போகலுற்றாள்

ரதி ஒப்பாரி

எல்லா இறங்கும் தொற இளநீரும் சந்தனமா
நான் பாவி இறங்கு தொற பளிங்குமா மண்டகமா
மாயச் சுருளோலை மடிமேலே வந்து விழ
யாராறு ஓலையின்னு ஆனந்தமா நானிருந்தேன்
சித்தப்பனார் ஓலையின்னு சிரிச்சு மகிழ்ந்திருந்தேன்
பெரியப்பனார் ஓலையின்னு பெருமையா நானிருந்தேன்
எஞ்சாமி ஓலையின்னு - எனக்குத் தெரியலையே
மன்மதனார் ஓலையின்னு —— நான் மாச்சுக்கிறேன் என்னுயிரை

ரதி ஒப்பாரி

குயிலோசைப் பிள்ளைகளா கைலாசச் சிள்ளைகளா
கூவும் மணியோசைகளா - தாவும் பிறக்கிள்ளைகளா
கூவும் கிளி மொழியே - மேவுற சகி கிளியே
கூக்குரலிட்ட மதன் வாய்க்க மதமா மயிலே
கோமதனைக் காணீர்களோ வாமனரூபம் தரித்த
கொச்சிங்க புலிபோல மெச்சுகின்ற மன்மதனை
கோராச்சியம் முழுதும் பாரமாய் ஆண்டிருந்தார்
கோபாலமான மதன் மாபால தாராபதன்
கோமேதகத்துடனே தாமே நிதத்துடனே
கொஞ்சி பரந்த விழி நேர்த்தி விசாலமுடன்
கோஷ்டிக பலாஷ்டிய ராஷ்டிக மன்மத ராஜன்
கோவிந்த நாதனருள் தாமேந்திரன் மதன்
கொம்பனையும் காணீர்களோ சம்போக மன்மதனை
கொடி மான் கரடிகளா வடிவுள்ள மன்மதனை
கோவென்று புலம்புவதைக் காணீரோ குயிலுகளா
கொம்பனையாள் புலம்புவது கும்பி எரிகிறது
கோவென்று நின்றழுதாள் அந்தக் காமரதி அந்நேரம்

ரதி ஒப்பாரி

பூத்தமலர் மல்லிகைப் பூ நேர்த்தியுடனே எடுத்து

பூவாலே செண்டுகட்டி ஆவலாய்க் கை கொடுத்து
புண்ணியனார் போனவரை இன்னும் வரக் காணேனடி
பெண்ணே அபிராமி கண்ணே வடிவழகி
போய் வருவோம் வாருங்கடி வாயு வேகமாய் எழுந்து
என் சாமி மன்மதரும் எங்கே தான் சென்றாரோ
வானவர் தூதுவர்கள் வரும்படி சொன்னதாலே
போக வேண்டாம் என்று புலம்பி அழுவதெல்லாம்
மனதினில் கொள்ளாமல் மன்மதன் கோபமதாய்
பாணம் எடுத்து விட்டு பஸ்பமாய் தானெறிந்தார்
என் சாமி எரிந்தார் என்று இங்கு வந்த தூதுவர்கள்
சொன்ன மொழி நான் கேட்டு சோகமாய் நானிருக்கேன்
வாருங்கடி தோழிகளா வானுலகம் போய் வருவோம்
என்று ஆத்திரமாய் தானுரைத்தாள் பார்த்தீபன் தன் மகளும்

ரதி ஈஸ்வரனிடத்தில் புலம்புதல்

அய்யய்யோ இவ்விதி வந்ததுக்கு என்ன செய்வேன்
தெய்வமே தெய்வமே
இந்த அநியாயம் தன்னை - யாரிடம் போய்சொல்வேன்
ஈஸ்வரா ஈஸ்வரா
அண்ட நிழலில்லை ஆதரிப்பார் யாருமில்லை
தெய்வமே தெய்வமே
மண்டலந்தன்னிலே நானென்ன செய்குவேன்
ஈஸ்வரா ஈஸ்வரா
நிற்க நிழலில்லை - நின்றாடக் கொம்பு இல்லை
தெய்வமே தெய்வமே
இந்த நிலந்தன்னிலே - நானென்ன செய்குவேன்
ஈஸ்வரா ஈஸ்வரா
அத்தனே சொல்லக்கேளும் - யானும் உனை
நீ பார்த்து - என் பர்த்தாவும் மாண்டதாலே
பாவி நான் நினைத்தழுதேன் - கர்த்தனே
எழுப்பி எந்தன் கணவனைத் தரவேணும்

ரதி புலம்புதல்

அத்தனே சொல்லக் கேளும் யானுமே உன்னை நினைத்து
என் பர்த்தாவும் மாண்டதாலே பாவி நான் நினைத்தழுதேன்
கர்த்தனே எழுப்பி எந்தன் கணவனைத் தரவே வேணும்
சுத்தமாய்த் தாலி தந்து சுகமுடன் இருக்கச் செய்வீர்

வசனம்

ஆகோ சரணம் சரணம் ஐயா சாமி

என் கணவர் ஏதோ காரணத்தினால் - எரிந்து விட்டார்

அவரை எழுப்பி எனக்கு

மாங்கல்யப் பிச்சை - தந்தருள வேணுமையா சாமி

ஈஸ்வரன்

அம்மா ரதி தேவி - சும்மா அழுகாதே

அக்கினியாய்ப் போனவர்க்கு - அங்கமொன்று செய்கிறேன் தான்

திருநீறாய்ப் போனவரை - சிருஷ்டித்து தாறேனிப்போ

சாம்பலாய்ப் போனவரை - சடுதியில் எழுப்புகிறேன்

கமண்டலத்து நீர் தெளித்து - கண்டித்து எழுப்புகிறேன்

மன்மதனை எழுப்புதல் - வசனம்

அம்மா ரதிதேவி - இதோ உந்தன் நாயகனை

எழுப்பி விட்டேன் - இனிமேல் உனது நாயகன்

உமது கண்ணுக்கு மட்டும் - சுயரூபத்துடனும்

மற்றவர் கண்ணுக்கு - அரூபியாய் இருப்பார்

நீங்கள் என்றும் நீடூழி வாழ்ந்திருப்பீர்கள் என்று

வாழி சொல்லி வரம் அளித்தார் ஈஸ்வரனும்

மங்களம்

அன்பாதி அன்பருக்கும் - அறுபத்தி மூவர்க்கும்

தென்பழநி வேலவர்க்கும் - ஜெய மங்களம்

கும்பிடும் பழநிமலை - கூட்டும் விநாயகர்க்கும்

எம் பிழை எல்லாம் பொறுப்பார் - இளையவர்க்கு

சந்திரர்க்கும் சூரியர்க்கும் - தாரணியில் உள்ளவர்க்கும்

இந்திரர்க்கும் தேவர்க்கும் ஜெய மங்களம்

ரதி மதன் இருவருக்கும் சுபமங்களம்

2

குமரலிங்கம் - ஊர் தோன்றிய வரலாறு

கொங்கு மண்டலமாம் மடத்துக்குளம் வட்டத்திற்கு உட்பட்ட பகுதி குமரலிங்கம். கொமரலிங்கம் என்ற பெயரிலும் அழைக்கப்படுகிறது. பேரூராட்சியாய்த் திகழும் இவ்வூரின் பழங்காலப் பெயர் குமணலிங்கம் ஆகும். தமிழுக்காகத் தலை கொடுக்கத் துணிந்த குமணவள்ளல் வாழ்ந்த பகுதியாகக் கூறப்படுகிறது. குமணன் என்னும் குறுநிலமன்னர் பழனி மலைத் தொடரினை ஆண்டு வந்தவர். கடையேழு வள்-ளல்களின் காலத்திற்குப் பிற்பட்டவர். தானும் தன் மக்களும் சிவபெருமானை தரி-சிக்க ஏதுவாக, காசியிலிருந்து சிவலிங்கம் கொண்டு வந்து இப்பகுதியில் குமணன் நிலை நாட்டியதால் அவர் பெயரோடு சேர்த்து குமணலிங்கம் என்றழைக்கப்பட்டு, காலப்போக்கில் குமரலிங்கம் என்றானது. குமண வள்ளல் சிவாலயம் எழுப்பி, சிவ-லிங்கம் வைத்து வழிபட்ட தலம் காசி விசுவநாதர் திருத்தலமாக இன்றும் புகழ்-பெற்று விளங்குகிறது.

தமிழுக்காகத் தலை கொடுக்கத் துணிந்த குமணன்

குமணன் சீரும் சிறப்புமாக தன்னுடைய நாட்டை ஆட்சி செய்து கொண்டிருந்த காலத்தில் அவரின் தம்பியாகிய இளங்குமணன், தன் அண்ணனுக்குக் கிடைத்த சிறப்பு தனக்குக் கிடைக்கவில்லையே என்ற கோபத்தில் குமணனிடம் சண்டை-யிட்டு, நாட்டைக் கைப்பற்றி அவரை நாடு கடத்தினார். குமணனிடம் மக்கள் மிகுதியான பற்றுக் கொண்டிருந்தனர். இளங்குமணன் மன்னரான போதும், மக்கள் மனம் குமணனையே சுற்றி வந்தது. இதனால் ஆத்திரத்தின் உச்சிக்கே சென்ற இளங்குமணன், குமணனின் தலையைக் கொண்டு வருபவருக்கு கோடி பொன் தருவதாக அறிவித்திருந்தார். நாட்டை விட்டுக் காட்டில் தலைமறைவாக இருந்த குமணன் இச்செய்தியைக் கேள்விப்பட்டு மன வேதனையடைந்தார். வள்ளலாகத்

திகழ்ந்த குமணன், தான் மன்னனாக இருந்த காலத்தில் யார் வந்தாலும் இல்லை என்று சொல்லாது பொன்னும் பொருளும் யானையும் பரிசாகக் கொடுத்தவர்.

வறுமையில் வாடிய பெருஞ்சித்தரனார் என்ற புலவர், குமணனைச் சந்தித்துப் பரிசில் பெற்றுச் செல்லலாம் என குமணன் நாட்டிற்கு வந்த போது, வழியில் காட்-டில் குமணனைச் சந்தித்தார். பலவாறு புகழ்ந்து பாடி, தன் குடும்பத்தின் வறு-மையைப் போக்க வேண்டினார். இளங்குமணன் ஆட்சி செய்வதையும் குமணன் நாட்டை விட்டு விரட்டப்பட்டதையும் கேள்விப்பட்டு புலவர் சொல்லொணாத் துய-ரத்தையடைந்தார். புலவருக்கு ஏதேனும் சன்மானம் கொடுக்க வேண்டும் என்று குமணனுக்குத் தோன்றியது. அப்போது தம்பி தன் தலைக்கு விலை வைத்திருந்த அறிவிப்பு நினைவுக்கு வர தன் வாளை புலவரின் கையில் கொடுத்து "புலவரே! நான் மன்னனாக வாழ்ந்த காலத்தில் நீங்கள் வந்திருந்தால் உங்கள் வறுமையை நான் போக்கியிருப்பேன். நான் காட்டில் வசிக்கும் காலத்தில் என்னைச் சந்திக்க வந்திருக்கிறீர்கள். இருப்பினும் உங்களை வெறுங்கையோடு அனுப்பி வைக்க என் மனம் உடன்படவில்லை. என் தலையைக் கொண்டு வருபவர்க்கு, என் தம்பி பரி-சறிவித்திருக்கிறார். ஆதலால் உங்கள் கையில் உள்ள என் வாளைக் கொண்டு, என் தலையை வெட்டிக் கொண்டு சென்றால் உங்கள் வறுமை நீங்கும்" எனச் சொன்னார். அதிர்ச்சியடைந்த புலவர், குமணனின் வாளை மட்டும் கொண்டு சென்று, குமணனின் தலைபோல் மெழுகில் ஒரு தலை செய்து அதை ஒரு தட்-டினில் வைத்து, இளங்குமணனிடம் காட்டி, உன் அண்ணனின் தலையும் வாளும் இதோ எனப் புலவர் காட்டியதாகவும், "தான் ஆடாவிட்டாலும் தன் தசையா-டும்" என்பதற்கேற்ப இளங்குமணன் துடித்து அழுததாகவும் பின்னர் புலவர் கும-ணனையும் இளங்குமணனையும் சேர்த்து வைத்து, பரிசில் பெற்றுச் சென்றதாக-வும் செவி வழிச் செய்திகள் சொல்லப்படுகின்றன. புலவர் குமணனின் வாளினை மட்டும் கொண்டு சென்று இளங்குமணனிடம் குமணன் சிறப்பினைப் பாடியதாகப் புறநானூற்றில் பாடல் இடம் பெற்றுள்ளது.

> " மன்னா உலகத்து மன்னுதல் குறித்தோர்
> தம்புகழ் நிறீஇத் தாம் மாய்ந் தனரே
> துன்அரும் சிறப்பின் உயர்ந்த செல்வர்
> இன்மையின் இரப்போர்க்கு ஈஇயாமையின்
> தொன்மை மாக்களின் தொடர்பு அறியலரே
> தாள்தாழ் படுமணி இரட்டும் பூநுதல்
> ஆடுஇயல் யானை பாடுநர்க்கு அருகாக்
> கேடுஇல்நல் இசை வயமான் தோன்றலைப்
> பாடிநின்றனெ னாக கொன்னே
> பாடுபெறு பரிசிலன் வாடினேன் பெயர்தல்என்

நாடுஇழந்த தனினும் நனிஇன் னாதுஎன

வாள்தந் தனனே தலை எனக்கு ஈயத்

தன்னின் சிறந்தது பிறிதுஒன்று இன்மையின்

ஆடுமலி உவகையொடு வருவல்

ஓடாப் பூட்கைநின் கிழமையோர் கண்டே"

- (புறநானூறு - பா. எண் - 165)

இப்பாடலில், பரிசு பெற வந்த பாவலனான என்னை வெறுங்கையுடன் அனுப்-பக்கூடாது என்பதற்காக, உன் தமையன் தன் தலையைப் பரிசாகக் கொடுப்பதற்கு முன் வந்தான். அவனைக் கண்டு வெற்றிக் களிப்போடு வந்தேன் எனப் பெருஞ்-சித்திரனார் இளங்குமணன் முன்பு பாடினார்.

கார்மேகக் கவிஞர், கொங்குமண்டல சதகத்தில் குமணவள்ளல் பெருஞ்சித்தி-ரனாரிடம் தன் தலையைக் கொண்டு போய்க் கொடுத்து. வறுமையைப் போக்கிக் கொள்ளக் கூறிய சிறப்பைப் போற்றுவதாகப் பாடலொன்று இடம்பெற்றுள்ளது.

" நாட்டினைத் தம்பி கொளக் காடு சென்று நலிவுறுநாள்

பாட்டிசைத்தோர் புலவன் வேண்ட என் தலை பற்றியறுத்து

ஈட்டி என் தம்பியிடத்து ஈயில் கோடி பொன் எய்துமென்று

வாட்டங் கைத் தருமக் குமணன் கொங்கு மண்டலமே "

- (கொங்குமண்டல சதகம். - பா. எண் - 41)

தொண்டை நாட்டில் பிறந்த ஒப்பிலாமணிப்புலவர், குமண வள்ளல் தமிழ்ப்புல-வர் பெருஞ்சித்தரனாருக்கு தலை கொடுக்க முன்வந்து பாடியதாகப் பாடலொன்-றைப் புனைந்துள்ளார்.

" அந்தநாள் வந்திலை! அருந்தமிழ்ப் புலவோய்!

இந்தநாள் வந்துநீ நொந்துஉனை அடைந்தாய்!;

தலைதனைக் கொடுபோய்த் தம்பிகைக் கொடுத்து அதன்

விலைதனைப் பெற்றுஉன் வறுமைநோய் களையே!"

- (தனிப்பாடல் திரட்டு)

குமண வள்ளலின் சிறப்புகளைச் சொல்வதாக மேற்கண்ட பாடல்கள் அமைந்-துள்ளன.

3

ரதி-மன்மதன் விழா (காமன் பண்டிகை) நடைபெறும் முறை

திருப்பூர் மாவட்டம், மடத்துக்குளம் வட்டத்திற்குட்பட்ட குமரலிங்கம் என்னும் ஊர் பேரூராட்சியாக விளங்குகிறது. இவ்வூரில் ஆண்டுதோறும் மாசி மாதம் அமா-வாசை முடிந்து வருகின்ற வளர்பிறை (மூன்றாம்பிறை) நாளில் ரதி-மன்மதன் ஆகியோருக்கு விழா நடைபெறுகிறது. குமரலிங்கம் பேருந்து நிறுத்தத்திலிருந்து உடுமலைப்பேட்டை செல்லும் சாலையில், மடத்துக்குளம் செல்லும் சாலையின் பிரிவுக்கு அருகில் காமன் கோயில் அமைந்துள்ளது. கோயில் என்பதற்கு அடை-யாளமாய் பீடம் ஒன்றும் பெரிய சூலம் ஒன்றும் உள்ளது. இதைத் தவிர கட்ட-டங்கள் எதுவுமின்றி வெட்டவெளியில் சாலையை ஒட்டி அமைந்திருக்கின்றது.

கோயில் அமைந்துள்ள இடத்தை காமன் கோயில் என்றும், விழாவினைக் காமன் பண்டிகை என்றும் மக்கள் அழைக்கின்றனர். விழாக்காலத்தில் பேக்கரும்-பின் மீது சித்தகத்தி, ஆமணக்கு (கொட்டந்தழை), மாவிலை ஆகியவற்றை உயர-மாகக் கட்டி , நெல்பிரியை (வக்கிப்பில் பிரி) தண்ணீரில் நனைத்துச் சேர்;த்துக் கட்டுகின்றனர். பின்னர் இவற்றின் மீது அரளிப்பூ, கதம்பம், விபூதி, சந்தனம், குங்குமம் வைத்து பின்னர் தேங்காய் உடைத்துவைத்து பழம் உள்ளிட்டவைகளை வைத்து பூசை நடைபெறுகிறது. இந்நிகழ்வு கோயிலிலிருந்து சற்று தொலை-வில் உள்ள மாட்டாந்தம்பிரான் கோயிலில் செய்யப்படுகிறது. பின்னர், பேக்கரும்பு வைத்து அலங்கரிக்கப்பட்டு, கம்பம் போல் காட்சிதரும் மன்மதனை நடுவீதியில் ஊர்வலமாக தாரை, தப்பு முழங்க ஊர் கூடி காமன் கோயிலுக்குக் கொண்டு வரு-

வர்.

காமன் கோயிலில் கணபதி ஹோமம் செய்யப்படுகிறது. சில வருடங்களுக்கு முன்புவரை அய்யரைக் கூட்டி வந்து ஹோமம் செய்தனர். சில காலம் கழித்து விழாவில் பங்கெடுத்திருக்கும் ஒருவர் கணபதி பாடல்களைப் பாடி ஹோமம் நடத்-துகிறார். பிறகு மன்மதன் பீடத்தில் உள்ள குழியில் பால், தயிர், மஞ்சள் நீர் ஊற்றி தீபாராதனை செய்ததன் பின் ஊர்வலமாகக் கொண்டு வரப்பட்ட கம்பத்-தினை நடுவர். ரதி-மன்மதன் கதைப்பாடல் பாடுவோர், முதல் நாள் தொடங்கி மூன்றாம் நாள் அல்லது ஐந்தாம் நாள் வரை விநாயகனடி மட்டுமே பாடுவர். மூன்றாம் நாள் அல்லது ஐந்தாம் நாளில் ரதி-மன்மதன் திருமணம் நடத்தப்படுகி-றது. மன்மதனாகவும் ரதியாகவும் இரண்டு சிறுவர்கள் வேடம் புனைந்து வருவர். நிறைய சிறுவர்கள் பெற்றோர் கடவுளிடம் வேண்டிக் கொண்ட வேண்டுதல்களால் ரதி-மன்மதன் வேடம் புனைந்திருப்பர். இருப்பினும் மன்மதக் கம்பத்தின் முன்னர் அமரவைக்கப்பட்டிருக்கும் ரதி-மன்மதன் வேடமணிந்தவர்கள் முதன்மையானவர்க-ளாகக் கருதப்படுகின்றனர். ஆண் சிறுவர்கள் மட்டுமே ரதி-மன்மதன் வேடமணிய முடியும். மற்ற ஆண் சிறுவர்களும் சிவபெருமான், முருகன், திருமால், ஒளவை-யார் வேடங்களைப் போட்டுக் கொண்டு கோயில் விழாவில் பங்கெடுப்பர். பெரிய-வர்களும் வேடமிடுவர். பெண்களில் எந்த வயதினரும் வேடமிடுவதில்லை.

காமன் கோயிலில் நேர்ந்து கொண்டு சிலர் ரதி-மன்மதன் திருமணத்திற்கு வேட்டி, சேலை, தாம்பூலத்தட்டு, கண்ணாடி, வளையல் , மஞ்சள், குங்குமம் இன்னும் திருமணத்திற்கு என்னென்ன தேவையோ அவற்றையெல்லாம் நேர்த்திக் கடனாக வழங்குவதும் உண்டு. திருமணத்தன்றும் ஹோமம் செய்யப்படுகிறது. அப்-பொழுது தாலி கட்டும் சடங்கு நடைபெறும். தங்கத்தால் தாலி வாங்கி வைத்தி-ருப்பர். நேர்த்திக் கடனாகவும் தாலி வருவதுண்டு. ரதி-மன்மதன் ஓவியத்தை ஒரு வெள்ளைத்தாளில் வரைந்து மன்மதக் கம்பத்தில் ஒரு நூலால் கட்டி வைத்திருப்-பர். பிற மாவட்டங்களில் மன்மதன் வேடமணிந்த சிறுவன், ரதி வேடமணிந்த சிறு-வனுக்குத் தாலி கட்டுவார். குமரலிங்கத்தில் அவ்வாறு நடைபெறுவதில்லை. ரதி-மன்மதன் வேடமணிந்தவர்கள் ஹோமத்தின் முன்பு அமர வைக்கப்பட்டிருந்தாலும், தாலி கட்டும் போது பெரியவர்கள் சிலர் சேர்ந்து கம்பத்தில் வெள்ளைத்தாளில் வரைந்து வைத்திருக்கின்ற ரதி-மன்மதன் ஓவியத்தில் ரதி ஓவியத்தின் கழுத்துப் பகுதியில் துளையிட்டுத் தாலி கட்டுகின்றனர்.

திருமணம் முடிந்த அன்று பொதுமக்களிடமிருந்து திரட்டிய பணத்தில் எல்-லோருக்கும் கல்யாண விருந்து வழங்கப்படுகிறது. ஒரு சிலர் தானாக முன்வந்து விருந்துக்கான செலவை ஏற்றுக் கொள்வதுமுண்டு. பதின்மூன்று நாளும் ரதிக்குக் கட்டிய தாலி அப்படியே இருக்கும். விழா தொடங்கி முடியும் வரை தினமும் ரதி-மன்மதன், இன்னபிற வேடமணிந்த சிறுவர்கள் ஊருக்குள் வலம் வருவர். மன்மதன்

- ரதி விழா தொடங்கி, முடியும் வரை அனைத்து நிகழ்வுகளும் இரவு ஒன்-பது மணிக்கு மேல்தான் நடைபெறும். பகலில் எந்த ஒரு நிகழ்வும் நடைபெறு-வதி;ல்லை.

விழா தொடங்கி, திருமணம் நடைபெறும் நாள் வரை விநாயகனடி மட்டும் பாடப்படும். திருமணம் முடிந்த நாளிலிருந்தே, மன்மதன், ரதி உரையாடல் தொடங்கும். கதைப்பாடல் பாடுபவர்களில் ஒருவர் மன்மதனாகவும் மற்றொருவர் ரதியாகவும் இருந்து பாடுவர். இவ்வாறு பாடும்போது ரதி-மன்மதன் வேடமணிந்த-வர்கள் கோயிலில் இருப்பார்கள். பொதுமக்களும் திரளாக நாள்தோறும் பங்கேற்-பர். விநாயகனடி, சரசுவதி அடி முடிந்து, ரதி-மன்மதன் பேசுதல் தொடங்கும்.

திருமணம் முடிந்து பதின்மூன்று நாள் கழித்து, சிவபெருமானின் தவத்தைக் கலைக்க மன்மதன் செல்வார். மலர்க்கணைகளால் சிவனின் தவம் கலைய, சிவன் மன்மதனை எரிப்பார். இந்நிகழ்வு நடக்கும் நாளன்று திருமணத்தன்று ரதி-மன்-மதன் வேடமணிந்தவர்கள் கட்டாயமாக அங்கு வேடம் அணிந்து நிற்க வேண்-டும். அதே போல் திருமணம் முடிந்து மற்ற நாட்களில் ரதி-மன்மதன் வேடமிட்ட மற்றவர்கள் இருப்பின் திருமணத்தன்று வேடமிட்டவர்கள் தினமும் வேடமிட்டுப் பங்கேற்க வேண்டிய கட்டாயமில்லை. ஒரு வேளை யாரும் வேடமிடாதபோது திருமணத்தன்று வேடமிட்டவர்களே பதின்மூன்று நாள் வரையில் வேடமணிந்து பங்கேற்க வேண்டும். ரதி-மன்மதன் வேடமணிய நேர்த்திக்கடன் வைப்பது போல சிவன் வேடமணிய நேர்த்திக்கடன் வைப்பவர்கள் உண்டு. சிவன் வேடமணிந்த ஒருவரை மன்மதன் வேடமணிந்த ஒருவர், கரும்பு வில்லைப் போல் ஒன்றை வைத்து மலர்க்கணை தொடுப்பது போல் காட்சி நிகழ்த்தப்படும். ரதி-மன்மதன் திருமணத்தின் போது அமைக்கப்பட்ட பந்தலின் மேலிருந்து மன்மதன் கம்பத்-திற்கு ஒரு கம்பி கட்டப்படும் சிவன் வேடமணிந்தவர் கோபம் கொண்டு கல்யா-ணப் பந்தல் போடப்பட்டதின் மேலிருந்து நெருப்பு வைக்க, ஏறு சிங்க, இறங்கு சிங்க பாணம் எரியும் (பட்டாசு). இப்பாணம் மேலிருந்து கீழிறங்கி நெருப்பு எரிந்து கொண்டே வந்து, பின்னர் கீழிருந்து மேற்சென்று, பின்னர் கீழ் வந்து மன்ம-தன் கம்பத்தில் பற்றி எரியும். அவ்வாறு எரியும் போது ரதி ஒப்பாரி வைக்கும் பாடல்கள் பாடப்படும். மன்மதன் கம்பத்தில் ரதி ஒவியத்திற்கு கட்டப்பட்டிருந்த தாலி அறுக்கப்படும். மன்மதனுக்கு கருமாதி நடைபெறும். கருமாதிச் சடங்குகள் நிகழ்த்தப்பட்டு, பொதுமக்களுக்கு கருமாதிச்சோறு போடப்படும். அன்றே ரதிக்-காக சிவன் மன்மதனை எழுப்புவதாகக் கதைப்பாடல் நிறைவுபெறும். இப்பகுதி பாடப்படும் போது, சிவன் வேடமணிந்தவர் மூலமாக படுத்துக்கிடக்கும் மன்மதன் வேடமணிந்தவர் உயிர்ப்படைவதாகக் காட்சிப்படுத்தப்படும். சிவன் வேடமணிந்தவர் ஒரு செம்புத்தண்ணீரை எடுத்து, மன்மதன் வேடமணிந்து கீழே படுத்திருப்பவர் மீது தெளிப்பார். மன்மதன் உயிர் பெற்று எழுவார். இதனோடு விழா நிறைவு பெறும்.

கதைப்பாடல் நடைபெறும் காலங்கள் மற்றும் மன்மதன் எரிக்கப்படும் காட்சி நடை-பெறும் காலங்களில் அருள் வந்து (சாமியாடுதல்) ஆடுபவர்கள் உண்டு. மன்ம-தன் இறந்த காட்சி நிறைவடைந்தவுடன் வேடமணிந்தவர்கள் அனைவரும் தங்கள் வேடத்தைக் கலைத்துக் கொள்வர்.

விநாயகனடி, சரசுவதி அடி பாடுதல், ரதி-மன்மதன் திருமணம் நடைபெறல், தேவேந்திரன் சிவனை தவத்திலிருந்து விடுவிக்க மன்மதனை வரச்சொல்லி தூது-வர்கள் மூலமாக ஓலை அனுப்புதல். மன்மதன் தேவேந்திரனின் பேச்சை மீற முடி-யாது என்ற காரணத்தால் ரதியிடம் தான் புறப்படுவதாகத் தெரிவித்தல், ரதி மன்ம-தனைப் போக வேண்டாம் எனக் கூறுதல், மன்மதன் ரதியை சமாதானம் செய்தல், மன்மதனுக்கும் ரதிக்கும் இடையில் தருக்கம் நிகழ்தல், ரதியின் பேச்சை மீறிச் சென்று மன்மதன் சிவனின் தவத்தைக் கலைத்தல், சிவன் மன்மதனை தன் நெற்-றிக்கண்ணால் எரித்தல், ரதி ஒப்பாரி வைத்தல், ரதி சிவனிடம் தன் கணவனைப் பிழைக்கச் செய்யும் படி கண்ணீர் மல்க வேண்டுதல், கருணை கொண்ட சிவன் ரதியின் கண்களுக்கு மட்டும் மன்மதன் தெரியும் வகையில் உயிர்ப்பித்தல் ஆகி-யவை கதைப்பாடலில் அமைந்துள்ளன.

4

ரதி-மன்மதன்

'மன்மதன்' என்ற சொல்லிற்கு மனதில் சிற்றின்ப ஆசைகளைத் தோற்றுவி;த்து, அலை அலையாய் அவை வளரும்படி செய்பவன் என்று பொருள் சொல்லப்படு- கிறது. மனதிலிருந்து பிறந்ததால் 'மன்மதன்' என்ற பெயர் உருவாயிற்று என்பர். மன்மதன் ''காதலின் கடவுள்'' எனவும் அழைக்கப்படுகின்றான். ரதி என்ற சொல்- லுக்கு மகிழ்ச்சி அல்லது களிப்பு என்ற பொருள் சொல்லப்படுகிறது . மேலும் விளக்கம் தேடுகையில் இந்துமதத்தில் உள்ள மன்மதன் என்ற உடலியல் இன்பம்- சார் கடவுளின் மனைவி ரதி என்ற விளக்கம் கிடைக்கப் பெற்றது. காமன் என்ற பெயரில் அழைக்கப்படுகின்ற மன்மதனுக்கு சாமன் என்ற பெயரில் தம்பியிருப்பதை கலித்தொகை என்ற சங்க இலக்கிய நூலின் வாயிலாக அறியமுடிகிறது.

காசிப முனிவருக்கு அதிதி, திதி உள்ளிட்ட பதின்மூன்று மனைவியர் மூலமாக நிறைய பிள்ளைகள் பிறந்தனர். அவ்வாறு பிறந்த பிள்ளைகள் வழியே இவ்வுலகம் தோன்றியது. காசிப முனிவரால் இவ்வுலகம் தோன்றியதால்தான் நாம் வாழுகின்ற உலகம் 'காசினி' என்றழைக்கப்படுகிறது. காசிப முனிவர் மூலமாக உலகையே ஆளத்தக்க அசுர குலத்தை உருவாக்க மாயை என்ற பெண் தீர்மானித்தாள். முனிவரை எப்படியாவது தன் மன விருப்பத்தின்படி செயல்படுத்த திட்டம் தீட்டி- னாள். முனிவரிடத்தில் சென்று அவர் விரும்பும்படியான பணிவிடைகளை நீண்ட காலம் செய்தாள். மனம்மகிழ்ந்த முனிவர் மாயையை நோக்கி, உன் பணிவிடைகள் என்னை வெகுவாகக் கவர்ந்தன. அதற்காக உனக்கு வரம் தர விரும்புகிறேன். வேண்டியதைக் கேள் என்ற வாக்குறுதியை நல்கினார். அப்போது மாயை, தன் மன விருப்பத்தைத் தெரிவித்தாள். காசிப முனிவரும் சம்மதித்தார். இரவு நேரத்- தில் முதல் யாமத்தில்; காசிபமுனிவர் பேரரசராகத் தோன்ற, மாயை அழகான பெண்ணாக மாறினாள். இருவரின் மூலமாக வலிமையும் திறமையும் மிகுந்த சூர- பத்மன் தோன்றினான். இரண்டாம் யாமத்தில் இருவரும் யானை வடிவம் எடுத்துக்

கூடினர். யானை முகமும் மனித உடலும் கொண்ட தாரகன் பிறந்தான். மூன்றாம் யாமத்தில் முனிவரும் மாயையும் சிங்கங்களாக உருக்கொண்டு கூடினர். அப்போது சிங்கமுகம் மனிதவுடல் கொண்ட சிங்கமுகன் தோன்றினான். நான்காம் யாமத்தில் இருவரும் ஆடுகளாகத் தோன்றிக் கூடினர் அப்போது ஆட்டுத்தலையுடன் மனித-வுடல் கொண்டு அஜமுகி என்ற பெண் தோன்றினாள். இந்த நால்வர் மட்டுமின்றி கணக்கற்ற அசுரகுலத்தினர் தோன்றினர்.

மாயையானவள் சூரபத்மன், தாரகன், சிங்கமுகன், அஜமுகி ஆகிய நான்கு பிள்ளைகளையும் அழைத்துக்கொண்டு தனது சொந்த இருப்பிடமான மாயாபுரிக்-குச் சென்று அரிய பல வித்தைகளைத் தன் பிள்ளைகளுக்குக் கற்பித்து வளர்த்து வந்தாள். உலகத்தையே ஆள வேண்டும் என்று சொல்லி வளர்க்கப்பட்ட சூர-பத்மன் கடவுளை நோக்கி கடுந்தவம் செய்தான். கடவுளின் அருளால் வரங்கள் பலவற்றைப் பெற்றான். பின்னர் கடலின் நடுவே வீரமகேந்திரபுரம் எனும் பட்டி-னத்தையும் உருவாக்கி, தன் சகோதரர்களுடன் சேர்ந்து 108 அண்டங்களையும் அடக்கியாண்டான். உலகின் அனைத்துப்பகுதிகளையும் தன் ஆளுகைக்குக் கீழ் கொண்டு வந்த சூரபத்மன் தேவலோகத்தையும் விட்டு வைக்கவில்லை. தேவலோ-கத்தை ஆண்டு வந்த இந்திரன் மனக்கலக்கத்தை அடைந்தான். சூரபத்மனை அழிக்க யாராலும் முடியவில்லை. இந்திரன் உள்ளிட்ட தேவர்கள் அனைவரும் ஒன்றுகூடி பிரமனிடம் முறையிட்டனர். அப்போது, பிரம்மா சிவனும் உமையம்மை-யும் சேர்ந்து அவர்கள் மூலமாகத் தோன்றும் குமரனால் மட்டுமே சூரபத்மனைக் கொல்ல முடியும் என்பதைத் தெரிவித்தார்.

சிவபெருமான் தட்சனை அழித்த பின்னர், சினமடங்க யோக நிலையில் மனவடக்கத்துடன் தவம் செய்துகொண்டிருந்தார். உமையம்மை சிவபெருமானுக்குப் பணிவிடைகள் செய்து வாழ்ந்து வந்தார். சிவபெருமானுக்கும் உமையம்மைக்கும் ஆசை தோன்றி, இணைந்தால்தான் புத்திரன் பிறக்கமுடியும். இவ்வாறு தவநிலை-யில் இருப்பதால் வாய்ப்பில்லை என்பதுணர்ந்த இந்திரன் மன்மதனின் உதவியை நாட தீர்மானித்தார். தன் தூதுவர்கள் மூலம் ஓலையனுப்பினார். சிவபெருமானின் தவத்தைக் கலைக்க வேண்டும் என்பதையறிந்து மன்மதன் கலக்கமடைந்தான். இச்செய்தியை அறிந்த ரதி மன்மதனைப் போக வேண்டாம் எனச் சொல்லி தடுக்-கிறாள். தேவர்களின் வற்புறுத்தல் காரணமாக, மன்மதன் தான் செல்ல வேண்டும் என்பதைத் தெரிவித்து, தான் புறப்படுவதில் உறுதியாக இருந்தான். மன்மதனைத் தடுக்கமுடியாது என்பதுணர்ந்த ரதி, மன்மதனுடன் சேர்ந்து கயிலை மலைக்கு வந்து சேர்ந்தாள்.

சிவபெருமான் சோலையொன்றில் தவநிலையில் ஆழ்ந்திருந்தார். சோலையை அடைந்த மன்மதன் தேவர்கள் விருப்பப்படி, தன் வில்லெடுத்து நாணேற்றி மலர்க்-கணைகளை சிவபெருமான் மீது எய்தான். புதிதான வாசனையுடன் மலர்க்-

ணைகள் தன் மீது பட்டதையுணர்ந்தவர், தவ நிலையிலிருந்த விலகி, தனக்கு மோகம் ஏற்பட்டதையுணர்ந்து பின்னர் தெளிவடைந்தார். கோபம் கொண்டு இக்-காரியத்தைச் செய்தவர் யார்? என்றபோது மன்மதன் பயத்தினால் புன்னைமரத்தின் பின் ஒளிந்திருந்தான். கோபத்திலிருந்த சிவபெருமான் மன்மதனின் செயலால் தன் தவம் கலைக்கப்பட்டதையறிந்து, தன் நெற்றிக் கண்ணினால் மன்மதனை எரித்துச் சாம்பலாக்கினார். இதைச் சற்றும் எதிர்பார்க்காத ரதி சிவபெருமானின் பாதங்க-ளைப் பற்றி மன்றாடினாள். ரதியின் அழுகையால் மனமிரங்கிய சிவபெருமான், ரதியின் கண்களுக்கு மட்டும் தெரியும்படியும் மற்றவர் கண்களுக்குத் தெரியாதப-டியும் மன்மதனை உயிர்ப்பித்தார். பின்னர் சிவபெருமான், உமையம்மை மூலமாக குமரக்கடவுள் அவதரித்து சூரபத்மன் உள்ளிட்ட அரக்கர்களை அழித்தார்.

லாவணி

மராட்டிய மாநிலத்திலிருந்து தஞ்சாவூருக்கு மராட்டியர்களால் கொண்டு வரப்-பட்ட கலைதான் 'லாவணி'. இக்கலை நானூறு ஆண்டுகளுக்கும் மேலான பழமை வாய்ந்ததாகும். விவசாய வேலை வயலில் நடைபெறும் காலத்தில் நாற்று நடுதலின் போது, களைப்புத் தெரியாமல் இருக்க ஒவ்வொருவரும் பாடிய பாடல் 'லாவணி' எனச் சொல்லப்பட்டது. 'லாவணி' நாட்டுப்புற இசைக் கலையி;ல் மிகவும் முக்கி-யமானதாகும்.

மாசி மாதம் கொண்டாடப்படும் காம தகன விழாவில் 'லாவணி' நிகழ்த்தப்படும். ஆரம்பத்தில் லாவணியைப் பாடுவதற்கும், அதைக் காண்பதற்கும் ஆண்கள் மட்-டுமே அனுமதிக்கப்பட்டார்கள். அதற்குக் காரணம், இந்த 'லாவணி' காமச்சுவை நிறைந்த பாடல்களால் அதிகம் நிரம்பியிருந்தது. 'லாவணி'யை வரையறை செய்த பிறகு பெண்களும் அதிகம் பங்கேற்க முன் வந்தனர். முதலில் இரு ஆண்-கள் எதிர் எதிராக அமர்ந்து ' எரிந்த கட்சி', 'எரியாத கட்சி' என்று பிரிந்து 'லாவணி'யைப் பாடுவார்கள். இந்தப் பாடலின் முடிவு நாளில் காமன் எரிக்கப்படும் காட்சி, காமதகன விழாவாகக் கொண்டாடப்படுகிறது. ரதி-மன்மதன் கதைப்பாட-லில் மன்மதன், சிவபெருமானின் தவத்தைக் கலைக்கச் சென்றபோது ரதி வேண்-டாம் எனத் தடுக்கிறார். மன்மதன் தான் போக வேண்டியதன் முக்கியத்துவத்தைச் சொல்லி போவேன் என்கிறார். இவ்விதமாக இருவரும்; எதிர்ப்பாட்டுப் பாடுவ-தாகக் கதைப்பாடல் பாடப்பட்டிருக்கிறது. இதுவே, ரதி-மன்மதன் கதைப்பாடலில் லாவணி எனப்படுகிறது.

மன்மதக் கம்பம்

மன்மதன் பச்சைமால் மைந்தன் என்பதால் பச்சை நிறத்தில் உள்ள பேக்கரும்பு, வாழையிலை, கொட்டந்தண்டு (ஆமணக்கு) உள்ளிட்டவற்றால் மன்மதனாகக் கருதப்படும் கம்பம் அலங்கரிக்கப்பட்டு, மன்மதக் கம்பம் நடப்படுகிறது. காமன் பண்டிகை விழா, 'வசந்த விழா' என அழைக்கப்பட்டிருக்கிறது.

மன்மதன் வில் - அம்பு - கொடி - வாகனம்

வில் - கரும்பால் ஆனது

நாண் - வண்டுகளால் ஆனது

பாணங்கள் (அம்புகள்) - அரவிந்தம் (தாமரை), அசோகம், மாம்பூ,

முல்லை, நீலம்உள்ளிட்ட பூக்களால்

உருவாக்கப்பட்ட ஐந்து பாணங்கள்

கொடி - மீன்

மன்மதனின் தேர் - தென்றல் காற்று

மன்மதனின் தேரை இழுத்துச் செல்லும் உயிரினம் - கிளி

மன்மதனின் பாணங்களாகச் சொல்லப்படும் பூக்கள் வனசம் (தாமரை) , சூதம் (மாம்பூ), அசோகு, முல்லை, நீலம் முறையே உன்மத்தம், மதனம், சம்போகம்,சந்தாபம்,வசீகரணம் எனவும் பெயர் பெறும்.

மன்மதனின் அம்புகள் படுவதால் ஏற்படும் அவத்தைகள்

1. சுப்பிரயோகம் - சொல்லும் நினைவும்

2. விப்பிரயோகம் - வெய்துயிர்த்திரங்கல்

3. சோகம் - வெதுப்பும், துய்ப்பன தெவிட்டலும்

4. மோகம் - அழுங்கலும், மொழி பல பிதற்றலும்

5. மரணம் - அயர்ப்பும், மரணமும் தருவன

1. தாமரை - மயக்குதல்

2. அசோகம் - ஸ்தம்பிக்கச் செய்தல்

3. மாம்பூ - வற்றச் செய்தல்

4. நவ மல்லிகா (முல்லை) - பைத்தியமாக்குதல்

5. நீலோற்பலம் - மாய்த்தல்

மன்மதன் விழா

மன்மதனுக்கான விழாவானது தொடக்க காலத்தில் ஏழு தினங்களாக இருந்தது. பெரிய நகரங்களிலும் கொண்டாடப்பட்டது. உத்தமனான தலைமகனை மணஞ்செய்து கொள்ள எண்ணிய கன்னியர்கள், இவ்விழா நாட்களில் தங்களால் முடிந்த தானங்களையும், தருமங்களையும் செய்வார்கள். மன்மதனுடைய ஆலயத்திற்குச் சென்று வழிபடுவார்கள். இராசகிரிய நகரத்தில் இவ்விழா நடந்த பொழுது வழிபாடு செய்தற்குக் காமக் கோட்டத்தையடைந்த பதுமாபதி என்பவள் உதயணனைக் கண்டு விரும்பினாள் என பெருங்கதை என்ற இலக்கியம் குறிப்பிடுகிறது. வடமொழியில் எழுதப் பெற்ற பிருகத்கதா என்ற நூலிலும் அதிலிருந்து தமிழுக்கு வந்த பெருங்கதையிலும் காமன்பண்டிகை குறித்த செய்திகள் காணப்படுகின்றன.

மன்மதன் என்பவன் விஷ்ணு மூர்த்தியின் மனதில் பிறந்தவன். ஆன்மாக்களுக்குக் காமத்தை ஏற்படுத்தி பிரவசாவிருத்தி செய்பவன்.

மன்மதனுக்குரிய பருவம் : வசந்த காலம் (இளவேனிற் பருவம்)

5

பிரத்யும்நன் (மன்மதன்)

பகவான் ஸ்ரீ கிருஷ்ணருக்கு, ருக்குமணி தேவியிடம் உதித்த குமரன் பிரத்யும்-
நன்(மன்மதன்). இவன் பிறந்த பத்தாம் நாள் சாம்பாசுரன் என்பவன் இவனைத்
தூக்கிக் கடலில் இட, மீன் ஒன்று விழுங்கிற்று. அம்மீனை ஒரு வலைஞன் பிடித்-
தான். அதன் வயிற்றில் இருந்த பிரத்யும்நனனை மாயாவதி என்பவள் வளர்த்-
தாள். பிரத்யும்நன் வளர்ந்து தன்னைக் கடலில் இட்ட சாம்பாசுரனைக் கொன்று-
விட்டு, தன்னை வளர்த்த மாயாவதியுடன் சேர்ந்து தன் தந்தையின் இருப்பிடமான
துவாரகை சென்றான். அங்கு சென்று தன்னை வளர்த்த மாயாவதியை மணந்து
கொண்டான். அடுத்த பிறவியில் பிரத்யும்நன் மன்மதனாகவும், மாயாவதி ரதி
தேவியாகவும் பிறந்தனர். சாம்பாசுரனைக் மன்மதன் கொன்றதால் சம்பராரி(மன்ம-
தன்) எனவும் அழைக்கப்பட்டான்.

மீன் வயிற்றில் இருந்ததால் மீனக்கொடி உடையவனானான். மன்மதனின் மகன்
அநிருத்தன் என்றழைக்கப்பட்டான்.

மன்மதனுக்கு பிரம்மா கொடுத்த சாபம்

படைப்புத் தொழிலைச் செய்து வந்த பிரம்மா, சரஸ்வதியைப் படைத்து, தானே
மணம் செய்து கொள்ள விரும்பினார். இதை விரும்பாத சரஸ்வதி பெண் மான்
வடிவங்கொண்டு ஓடினார். பிரம்மா ஆண்மான் வடிவங்கொண்டு துரத்தி வந்தார்.
இந்நிலையில் தேவர்கள் முறையீட்டினால் சிவபெருமான் வேடனாய்த் தோன்றி,
ஆண்மானின் (பிரம்மனின்) மீது அம்பெய்தார். அம்பினால் அடிபட்ட பிரம்மா,
சோதி வடிவாகி ஆகாயத்தை அடைந்து, ஆதிரை நாளாயினார்.. பின் சரஸ்வதி
வேண்டுதலால் சிவபெருமான், பிரம்மனை உயிர்ப்பித்து, சரஸ்வதிக்கு நாயகனாக்-
கினார்.

சிவபெருமான் தன் மீது அம்பெய்ய, தனக்குள் காமம் எழுந்ததே காரணம்
எனக் கருதிய பிரம்மா, தன்னிடத்தில் காமத்தை ஏற்படுத்திய மன்மதன், சிவ-

பெருமான் நெற்றி விழியினால் இறக்கக் கடவது எனச் சாபமிட்டார். இச்சாபமே, மன்மதன் சிவபெருமானால் எரிக்கப்படக் காரணமாக இருந்தது.

மன்மதனுக்கு முனிவர் கொடுத்த சாபம்

மன்மதனாகப் பிறப்பதற்கு முன் ஒரு பிறப்பில் அரசனாக இருந்தான். தன் மனைவியுடன் வேட்டைக்குச் சென்றபோது, ஒரு முனிவர் வளர்த்து வந்த மானைக் கொன்றான். இதனால் கோபம் கொண்ட முனிவர், தன் மானைக் கொன்றவன் சாம்பலாகப் போகக் கடவது எனச் சாபம் கொடுத்தார். அச்சாபம் மன்மதனாகப் பிறந்து வளர்ந்த காலத்தில் சிவபெருமானால் பலித்தது. பூவாளூர் புராணத்தில் மேற்கண்ட செய்தி இடம்பெற்றுள்ளதாகக் குறிப்புண்டு.

அசித்தன் (மன்மதன்)

அசித்தன் என்பவன் பப்பரநாட்டுச் சுபநன் குமரன். சிவபெருமானின் மீது மிகுந்த பக்தி கொண்டவன். எனினும் தீயொழுக்கமுள்ளவனாய் ஒரு பார்ப்பினியைக் களவில் புணருகையில் பூசைக்கான காலம் வந்தது. அந்நேரத்தில் அந்தப் பார்ப்பினிப் பெண்ணின் முலையைச் சிவலிங்கமாகப் பூசித்து மறுபிறப்பில் மன்மதனாகப் பிறந்தான் என்றவொரு குறிப்பும் கிடைத்துள்ளது.

மன்மதனின் வேறு பெயர்கள்

ராக விருந்தன், அனங்கன், கந்தர்வன், மனோசித், ரதிகந்தன், மதனன், புஷ்ப-வனன், மாரன் புஷ்ப தாணுவன், வசந்தன், அசித்தன், காமவேள், மாரன், மார-வேள், மோகன், வேனிலாளன், வசந்தன், கந்தர்ப்பன்

வடமொழி(சமஸ்கிருதம்)யில் மன்மதனுக்குரிய பெயர்கள்

1. மதன 2. மன்மத (மனதைக் கடைபவன்) 3. மாரன் 4. ப்ரத்யும்னன் 5. மீனகேதன (மீன்கொடியோன்) 6. கந்தர்ப 7. தர்பகன் 8. அனங்க (உடல் அற்றவன்) 9. காமன் 10. பஞ்ச சர (ஐந்து அம்புடையோன்) 11. ஸ்மர 12. சம்பராரி 13. மனசிஜ (மனதில் பிறந்தோன்) 14. குசுமேசு (மலர் அம்பன்) 15. அனன்யஜ 16. புஷ்ப தன்வா (மலர் வில்லன்) 17. ரதிபதி(ரதியின் கணவன்) 18. மகரத்வஜ (மீன் கொடியோன்) 19. ஆத்மபூ (மனதில் தோற்றுவிக்கப்பட்டவன்)

மேற்சொல்லப்பட்டுள்ள பெயர்கள், உலகின் முதல் நிகண்டான (திசாரஸ்) அமரகோசத்தில் இருப்பதாக இணையத்தின் வழி அறியப்பட்டது.

காமதேவனாகிய மன்மதனுக்குரிய காயத்திரி மந்திரம்

" காம தேவாய விதுமகே புட்பதேவாய தீமகி

தன்னோ அனங்கர் பரஞ்சோதியாது"

காமனின் நற்பண்பு

காமன் என்பவன் ஆண், பெண் காதலர்களாகிய இருவருக்குள்ளும் காமத்தைத் தூண்டுபவன். காமத்தின் வடிவமான மன்மதன் காமுகன் அல்லன். மன்மதன் தன் மனைவியாகிய ரதியைத் தவிர பிற பெண்களை விரும்பாதவன். கலித்-

தொகை என்ற சங்க இலக்கியத்தில் தலைவியொருத்தியின் கூற்றில் காமனின் நற்-
பண்பு, தலைவனி;ன் செயல் மேல் ஏற்றிக் கூறப்பட்டுள்ளது. தலைவன் தன்னை
விட்டுப் பிரிந்திருக்கும் போது எப்படிப்பட்ட மனநிலையில் இருந்தான் என்பதைக்
குறிக்கும் போது,

" தன்கையில் சிலை வல்லான் போலும் செறிவினான்

நல்ல பலவல்லான் தோளாள் பவன்"

- (கலி.143)

பிரிந்து சென்ற தலைவன் மீண்டும் தன்னிடம் வர வேண்டும் என விரும்பிய
பெண்ணொருத்தி, தனக்குரிய நாணத்தை விட்டு;ப் பேசுகிறாள்.

" காமன் கணை இரப்பேன் கால் புல்லிக் கொண்டு"

- (கலி.147)

தலைவன் தன்னிடம் அன்பு கொண்டு மீண்டு வர, காமனிடம் அவனிடத்தில்
உள்ள அம்புகளை தன்னிடம் கொடுக்க வேண்டி, காலைக் கட்டிக் கொண்டு
வேண்டுவேன் எனத் தெரிவிக்கிறாள் ஒரு தலைவி. காமுகனாகக் காமன் இருந்-
தால் எப்பெண்ணும் வணங்க மாட்டாள். இதனடிப்படையில் காமனுக்குரிய நற்-
பண்பு வெளிப்படுகிறது.

கலித்தொகை மட்டுமன்றி இன்னபிற சங்க இலக்கியங்கள், காப்பியங்கள்
போன்றவற்றிலும் மன்மதனைப் பற்றிய செய்திகளும், மன்மதனுக்கு வழிபாடு செய்-
துள்ள செய்திகளும் இடம் பெற்றுள்ளன.

உலகப் பொதுமறை எனப் போற்றப் பெறும் திருக்குறளிலும் காமனைப் பற்றிய
செய்தி இடம் பெற்றுள்ளது.

" பருவரலும் பைதலும் காணான்கொல் காமன்

ஒருவர்கண் நின்றொழுகு வான்"

- (குறள் - 1197)

காமன் காமவின்பம் நுகர்தற்குரிய இருபாலாரிடத்தும் ஒப்ப நில்லாது, பெண்-
பாலாரிடத்து மட்டும் நின்று காதலை உண்டு பண்ணுவான். அவர் பசலையுற்றும்
படர் மிகுந்தும் துன்புறுதலையும் மனம் நோதலையும் அறியானோ? என்பதாக
மேற்கண்ட குறளுக்கு விளக்கம் சொல்லப்பட்டுள்ளது.

நான்கு வேதங்களில் முதலாவதாகக் குறிக்கப்படும் ரிக் வேதத்திலும் காமனைப்
பற்றிய குறிப்புகள் இருப்பதாக அறிய முடிகிறது. பழந்தமிழ் இலக்கியங்களில் மன்-
மதனைப் பற்றிய குறிப்புகள் இடம் பெற்றிருப்பது போல் சாகுந்தலம், குமாரசம்ப-
வம், ரகு வம்சம் ஆகிய வடமொழியின் பழமையான இலக்கியங்களிலும் மன்ம-
தனைப் பற்றிய செய்திகள் காணக்கிடைக்கின்றன.

ரதி-மன்மதன் கோயில்

மன்மதன் கோயில்

பீடம்

மன்மதக் கம்பம்

மன்மதக் கம்பம்

ரதி-மன்மதன் விழாக் காட்சிகள்

விழாத் தொடக்கம்

வேள்வி நடத்துதல்

விழா மேடை

மன்மதன் அலங்காரம்

விழாக் காட்சிகள்

விழாக் காட்சிகள்

ரதி-மன்மதன் வேடமணிந்தவர்கள்

ரதி-மன்மதன்

துணைவேடம்

துணைவேடம் - ஒளவையார்

துணைவேடம் அணிந்தவர்கள்

துணைவேடம் அணிந்தவர்

ரதியும் தோழியும்

ரதி-மன்மதன்

www.ingramcontent.com/pod-product-compliance
Lightning Source LLC
Chambersburg PA
CBHW031455150726
47990CB00007B/2761